கவிதை அனுபவம்

இந்திரன் - வ.ஐ.ச. ஜெயபாலன்

தமிழகம், ஈழத்தைச் சேர்ந்த
இரு முக்கிய கவிஞர்களின் உரையாடல்களும், கவிதைகளும்

தொகுப்பு:
சுந்தரபுத்தன்

படைப்பு பதிப்பகம்
#8, மதுரை வீரன் நகர்
கூத்தப்பாக்கம்
கடலூர் - தமிழ்நாடு
607 002
94893 75575

நூல் பெயர்	:	கவிதை அனுபவம் (கட்டுரை)
ஆசிரியர்	:	இந்திரன்© • வ.ஐ.ச. ஜெயபாலன்
பதிப்பு	:	இரண்டாம் பதிப்பு 2020
பக்கங்கள்	:	198
வடிவமைப்பு	:	R.பிரகாஷ்
அட்டைப்படம்	:	ரகு
வெளியீட்டகம்	:	இலக்கிய படைப்பு குழுமம்
அச்சிடல்	:	படைப்பு மீடியா நெட்வொர்க்ஸ், சென்னை
வெளியீடு	:	படைப்பு பதிப்பகம்
பதிப்பாளர்	:	ஜின்னா அஸ்மி
விலை	:	ரூ 150

Title	:	Kavithai Anubavam(Article)
Author	:	Indiran© - Va.I.Sa. Jayabalan
Edition	:	Second Edition - 2020
Pages	:	198
Printed by	:	Padaippu Media Networks, chennai
Publishing Agency	:	Ilakkiya Padaippu Kuzhumam
Published by	:	Padaippu Pathippagam
Website	:	www.padaippu.com
E-mail	:	admin@padaippu.com
ISBN	:	978-81-945754-7-4
Price	:	₹ 150

பதிப்புரை

வழிகாட்டி மரங்களாக இருந்தாலும் அந்த மரங்களுக்கென ஒரு வாழ்வு இருக்கத்தான் செய்கிறது. இதே வேலையை மனிதர்கள் செய்யும்போது அது மகத்துவமாகிறது. மரங்களும் மனிதர்களும் வழிகாட்டுதல் என்ற ஒற்றை வேலையைச் செய்தாலும் அதன் மூலம் இலக்கை அடைய முடிந்தாலும், அந்த வழிகாட்டுதலிருந்து பெறப்படும் அனுபவத்தில் மாபெரும் வித்தியாசத்தை விதைக்கிறார்கள் மனிதர்கள். காரணம், மரங்களுக்கோ வழிகாட்டுதலே வாழ்வாகிறது. மனிதர்களுக்கோ வாழ்வே வழிகாட்டுதலாகிறது. வாழ்வு வழிகாட்டுதலாகும்போதுதான் அதிலிருந்து அனுபவம் பெறப்படுகிறது. அப்படிப்பட்ட அனுபவங்களை ஒன்று திரட்டி உருவாக்கப்பட்டிருப்பதே 'கவிதை அனுபவம்' தொகுப்பு... பொதுவாக, இலக்கியம் எழுதப்படலாம், எழுதப்பட்டதை பேசப்படலாம். ஆனால் இங்கு பேசியது எழுதப்பட்டது, எழுதியது இலக்கியமானது. இந்த மாற்றுச் சிந்தனை அனுபவமே இந்நூலுக்கான மிகப்பெரும் பலம்...

இந்தியாவில் பிறந்த கவிஞர் இந்திரன் அவர்களும், ஈழத்தில் பிறந்த கவிஞர் வ.ஐ.ச.ஜெயபாலன் அவர்களும், ஓர் நாள் கவிதை குறித்து உரையாடிக் கொண்டிருந்தபோது, அதை அப்படியே பதிவு செய்து நூலாக்கியுள்ளார் சுந்தரபுத்தன் அவர்கள். இந்நூலின் ஆசிரியர்களான இருவரும் இன்றைய இலக்கிய உலகில் தங்கள் படைப்புகள் மூலம் நன்கு அறியப்பட்டவர்கள் மேலும் அவர்களின் கலை மற்றும் எழுத்துப் பயணத்தில் பல வெற்றிகளையும் பல உயரிய விருதுகளையும் பெற்றவர்கள் என்பதும் குறிப்பிடத்தக்கது

எமது படைப்பு பதிப்பகத்தின் மூலமாகத் தமது தொகுப்பை வெளியிட முன்வந்த கவிஞர் இந்திரன், கவிஞர் வ.ஐ.ச.ஜெயபாலன், தொகுப்பாசிரியர் சுந்தரபுத்தன் அட்டைப் படம் வடிவமைத்த ரகு, நூல் வடிவமைபில் பங்களிப்பு செய்த படைப்பாளி பிரகாஷ், இந்நூல் வெளிவர உதவிய அனைவருக்கும் படைப்புக் குழுமம் தனது நன்றியைத் தெரிவித்துக் கொள்கிறது.

வளர்வோம்...! வளர்ப்போம்..!!

ஜின்னா அஸ்மி
பதிப்பாளர், படைப்புக் குழுமம்

வ.ஐ.ச. ஜெயபாலன் *(நோர்வே)*

கவிஞர், புனைகதையாளர், திரைப்பட நடிகர்.

"இன்றைக்கும் தமிழ் மக்கள் கவுரவமான சமாதானத்தையும், புலம் மீளுதலையும், புனர்வாழ்வையும், புனர் நிர்மாணத்தையும் கனவு கண்டபடி, இன்றைக்கும் நான் தமிழ் — முஸ்லீம் மக்களது சமத்துவமான ஒருமைப்பாட்டை மதம், சாதீய ஒப்புரவாலும், தமிழ் பேசும் மக்களது விடுதலையிலும் கனவு கண்டபடி நம்பிக்கை என் நெஞ்சுள் பேராறாகப் புரள்கிறது" என்று பேசும் வ.ஐ.ச. ஜெயபாலன் ஈழத்துக் கவிஞர்களில் மிக முக்கியமானவர். யாழ்ப்பாணக் குடா நாட்டின் உடுவில் கிராமத்தில் பிறந்தவர். நோர்வே நாட்டில் புலம் பெயர்ந்து வாழ்ந்து வருபவர். 'அறியப்படாத புல்வெளிகள்' *(1980)*, 'சூரியனோடு பேசுதல்' *(1986)*, 'நமக்கென்றொரு புல்வெளி' *(1987)*, 'ஈழத்து மண்ணும் எங்கள் முகங்களும்' *(1987)*, 'ஒரு அகதியின் பாடல்' *(1990)* ஆகிய கவிதை நூல்களும் 'செக்குமாடு' எனும் குறுநாவலும் எழுதியவர். இவரது மொத்த கவிதைகளின் தொகுப்பு 'பெருந்தொகை' *(2002)* என்ற நூலாக வெளிவந்துள்ளது. இவர் தமிழ்த் திரைப்படங்களில் 'ஆடுகளம்' போன்ற படங்களில் பிரதான வேடங்களில் நடித்துப் பெயர் பெற்றவரும்கூட.

இந்திரன் (இந்தியா)

கவிஞர், கலை விமர்சகர், மொழிபெயர்ப்பாளர், ஓவியர்.

‘அறைக்குள் வந்த ஆப்பிரிக்க வானம்’ (1983), ‘தமிழ் அழகியல்’ (1994) போன்ற 40க்கு மேற்பட்ட நூல்களை எழுதிய இந்திரன் மிக முக்கியமான ஒரு கலை விமர்சகர். தமிழ், ஆங்கிலம் ஆகிய இரு மொழிகளிலும் எழுதி வரும் இவர் சாகித்திய அகாடமியின் மொழிபெயர்ப்புக்கான விருதினைப் பெற்றவர். தமிழ்நாடு நுண்கலைக் குழுவின் ‘நுண்கலை’ இதழின் ஆசிரியராக 9 ஆண்டுகள் பணியாற்றியவர். இவரது கவிதைகள் நகரத்து அனுபவங்களை மிக நவீனமான தொனியில் பேசுபவை. இவரது கவிதை நூல்கள்: ‘திருவடி மலர்கள்’ (1972), Syllables of Silence (1982), ‘அந்நியன்’ (1982), ‘முப்பட்டை நகரம்’ (1991), ‘சாம்பல் வார்த்தைகள்’ (1994), ‘Acrylic Moon’ (1996), ‘மின்துகள் பரப்பு’ (2003). பிரிட்டிஷ் அருங்காட்சியகங்களில் சேகரிக்கப்பட்ட இந்திய கலைப் பொருட்கள் குறித்த ஆய்வை பிரிட்டீஷ் கவுன்சில் நிதி உதவியுடன் மேற்கொண்டவர்.

தொகுப்பாளரின் சில வார்த்தைகள்

நினைவுச் சுவரில் ஓர் அழகிய ஓவியம். 2004இல் ஒரு நாள் காலை.

கலை இலக்கிய விமர்சகர் இந்திரன் வீட்டில் ஈழத்துக் கவிஞர் வ.ஐ.ச. ஜெயபாலன் பேசிக் கொண்டிருந்தார். நானும் இருந்தேன். இருவரும் தன்னியல்பாக உரையாடினார்கள். சிறு தூரலென தொடங்கிய பேச்சு அடர் மழையாக மாறுவதை உணர்ந்தேன்.

"இப்படி நீங்கள் பேசும் உரையாடலை அப்படியே பதிவு செய்து நூலாக வெளியிடலாமே," என்றேன்.

சில நிமிட இடைவேளை. மலர்ந்த முகத்துடன் இருவரும் சரியெனச் சம்மதித்தார்கள். எங்கே பேசுவது? அமைதியான இடம் வேண்டுமே? லிபர்ட்டி பார்க் ஓட்டல் அறையில் ஒரு மாலையில் தொடங்கி, இரவு தூங்கி, மறுநாள் காலையிலும் படுக்கையில் இருந்தபடியே பேசினார்கள். சிறு சிறு இடைவேளைகளைக் கடந்து கவிதை பற்றிய அழகிய உரையாடல்கள்.

எனக்குக் கூட களைப்பாக இருந்தது. ஆனால் இருவரும் சோர்வின்றி பேசினார்கள். முரண்பட்டார்கள். சமாதானமானார்கள். ரெக்கார்ட் செய்யப்பட்ட பதிவுகளை அடுத்தநாளில் இருந்து அலுவலக நேரம் போக, மற்ற நேரங்களில் பிரதி எடுத்து எழுதத் தொடங்கினேன். முதுகும் கையும் வலி எடுத்து விட்டது. ஒவ்வொரு வரியாகக் கேட்டும் புரியாத இடங்களை மீண்டும் கேட்டும் எழுதுவதற்கு மனம் அப்பாடா... என்று சொல்வது கேட்டது. ஒரு திருப்தியான வேலையைச் செய்த மகிழ்ச்சி. கடைசியாகக் கையில் கவிதை பற்றிய கனமான விவாதங்கள் அடங்கிய ஒரு புத்தகம் கிடைத்திருந்தது.

காற்றின் அலைவரிசைகளில் கேட்டுப் பழகிய ஒரு உரையாடல் இப்போது உங்களை நூல் என்ற திட வடிவத்தில் சந்திக்கிறது.

சுந்தரபுத்தன்

வ.ஐ.ச. ஜெயபாலன்: இந்த ஓட்டல் அறையில் அமர்ந்து உரையாடுவதைக் காட்டிலும் கடற்கரையில் நிலவொளியில் அமர்ந்து பேசினால் எப்படி இருக்கும்?

இந்திரன்: அதை ஏன் ஞாபகப்படுத்துறீங்க? கடலுக்கு அருகாமையில் இருக்கும் வீடுகளை நான் எப்போதும் நேசிப்பது வழக்கம். நான் பிரெஞ்சு கொதுலுப் தீவுக்குப் போனபோது எழுதிய கவிதைகளைத் தொகுத்து வெளியிட்டேன். என்ன தெரியுமா தலைப்பு? 'மிக அருகில் கடல்'.

வ.ஐ.ச. ஜெயபாலன்: ஆம். கருப்பு அடிமைமுறை ஒழிக்கப்பட்டபோது பிரெஞ்சு இந்தியத் தமிழர்கள் கரும்புத் தோட்டங்களில்வேலை செய்வதற்காக கூலி அடிமைகளாகக் குடியேறிய தீவு அல்லவா அது? ஒரு முறை நான் அங்கு போக வேண்டும்.

இந்திரன்: ஆமாம். ஆறு தலைமுறைகளுக்கு முன்னால் கொதுலுப் தீவில் குடியேறிய தமிழர்களின் தமிழ்ப் பண்பாட்டு வேர்கள் இன்னமும் அங்கு உயிரோடு இருக்கின்றன.

வ.ஐ.ச. ஜெயபாலன்: இத்தீவுக்குப் போகுமுன்னரே ஆப்பிரிக்கக் கவிதைகளில் உங்களுக்கு ஈடுபாடு இருந்ததே. அது எப்படி? உங்கள் முதல் மொழிபெயர்ப்புத் தொகுதி 'அறைக்குள் வந்த ஆப்பிரிக்க வானம்' 1982-ல் வெளி வந்தது. 83-ல் வந்து இலங்கையில் பெறக்கூடியதாக

இருந்தது. இந்த முதல் தொகுப்பிலேயே நீங்கள் இலங்கையில் அறிமுகமாகி விட்டீர்கள். இந்த ஆப்பிரிக்கக் கவிதைகளில் உங்களுக்கு எப்படி ஈடுபாடு?

இந்திரன்: சென்னை அமெரிக்கன் லைப்ரரியில் The Black Book என்று ஒரு புத்தகம் பார்த்தேன். எனக்கு அப்போது 19 வயசிருக்கும். நான் அமெரிக்கன் லைப்ரரி மெம்பர். மொத்த புத்தகமும் கருப்புத்தாளில் அச்சிடப்பட்டு இருந்தது. அது ஒரு பெரிய எதிர்ப்புக் குரல். ஆப்பிரிக்கக் கவிதைகளும், ஆஃப்ரோ - அமெரிக்கக் கவிதைகளும் அதிலே இருந்தன. கருப்பு இலக்கியத்தின் என்னுடைய முதல் அறிமுகம் இப்படித்தான்.

எஸ்ரா பவுண்டு, டி. எஸ். எலியட் போன்றவர்களின் கவிதைகளைப் படிச்ச எனக்கு லாங்க்ஸ்டன் ஹ்யூக்ஸ் எழுதிய 'கருப்பு இயேசுநாதர்' கவிதை ரொம்ப FRESH - ஆகத் தெரிஞ்சது. அதைப் படிச்ச உடனே என் தலை மேல யாரோ ஒரு நெருப்புச் சட்டியைத் தூக்கி வைத்ததுபோல இருந்தது. அதுக்குப் பிறகு கருப்பு எழுத்தாளர்களைத் தேடித் தேடி படிச்சேன். லாங்க்ஸ்டன் ஹ்யூக்ஸ், கவுன்ட்டி கல்லன், லீ ராய் ஜோன்ஸ், பால் லாரன்ஸ் டன்பர், மாயா ஏஞ்சலோவா என்று கருப்பு அமெரிக்கக் கவிதைகளில் ஏதோ மாயாஜாலம் இருப்பதுபோல எனக்குத் தெரிஞ்சது. கவிதைகளின் எதிர் - கலாசார குரலும், புதிய கலை உத்திகளும் ஒரு பத்தொன்பது வயது இளைஞனை பைத்தியமாக்கிடுச்சு.

எனக்கு என்ன பெரிய ஆச்சரியம்னா, அமெரிக்கன் லைப்ரரியிலே எந்த வரிசையிலே எஸ்ரா பவுண்டு, டி. எஸ். எலியட் புத்தகங்கள் எல்லாம் இருந்ததோ, அதே வரிசையில்தான் இந்த ஆப்பிரிக்க - அமெரிக்கக் கவிஞர்களும் இருந்தார்கள். இந்த டி.எஸ்.எலியட்டை, எஸ்ரா பவுண்டை மொழிபெயர்த்து வெளியிட்ட சிறு பத்திரிகைத் தீவிர இலக்கியவாதிகள் அவற்றிற்கு பக்கத்து புத்தகமாக இருந்த இந்த கருப்புக் கவிஞர்களை ஏன் மொழிபெயர்க்காமல் விட்டு விட்டார்கள் என்பது எனக்குப் புரியாத புதிராக இருந்தது. கருப்புக் கவிஞர்கள் கண்ணுக்குப் படலையா? நான் எனக்குப் பிடித்த கருப்புக் கவிதைகளையெல்லாம் மொழிபெயர்த்து வச்சுக்கிட்டேன். வெளியிடுவதற்காக அல்ல. எனது ஆத்ம

திருப்திக்காக. எனக்கு இந்தியன் பாங்க்ல வேலை கிடைச்சு, மும்பைக்கு மாற்றலாகிப் போனபோது அங்கே பிரிட்டிஷ் கவுன்சில் லைப்ரரியிலே நைஜீரியா, செனிகால், உகாண்டா, கானா போன்ற கருப்பு நாட்டுக் கவிஞர்களின் கவிதைகள் கிடைத்தன. மும்பையினுடைய ஃப்ளோரா ஃபவுண்ட்டன் பிளாட்பாரக் கடைகளில் கூட பல கவிதைகள் கிடைத்தன.

கொஞ்சநாள் கழிச்சு நான் மும்பையிலிருந்து சிவகங்கைக்கு மாற்றலாகிப் போய்ட்டேன். அப்ப என்னுடைய பேச்சுல அடிக்கடி ஆப்பிரிக்க, ஆஃப்ரோ - அமெரிக்க எழுத்துக்களை **Quote** செய்து பேசறத பார்த்துட்டு கவிஞர் மீரா அதை ஒரு புத்தகமா செய்து கொடுக்கச் சொன்னார். அப்ப நான் ஒரு முடிவு செஞ்சேன். தமிழ்ச் சூழல்ல தனக்குன்னு ஒரு ரோல் இருக்கிற கருப்பு இலக்கியப் படைப்புகளை தேர்ந்தெடுத்து கொடுக்கணும். இங்க ஒடுக்கப்பட்டிருக்கிற மக்களுடைய சுண்டு விரலையாவது அது சுரண்டணும்னு நான் நெனைச்சேன்.

ஜெ: *80களில் வெளிவந்த உங்களுடைய 'ஆப்பிரிக்க வானம்' இந்தியாவிலும், 'பாலஸ்தீன கவிதைகள்' இலங்கையிலும் மற்றும் ருஷ்யக் கவிதைகள் என்று பல்வேறு கவிதைகள் வந்து இலங்கைக் கவிதைப் போக்கில் செல்வாக்கைப் செலுத்தியிருந்தன,*

இ: நீங்க 'அறைக்குள் வந்த ஆப்பிரிக்க வானம்' வெளி வந்த காலத்தில் கவிதை எழுதுபவராக இருந்தீங்களா?

ஜெ: சின்ன வயசுகள்ள கிராமிய கவிதைகள், நண்பர்களின் கவிதைகள்... பத்திரிகைகளில் வெளிவருகிற கதைகளைச் சேகரிக்கிற பழக்கம் எங்க அப்பா, அம்மாவுக்கு இருந்தது. ஆனா இன்றைக்கு நெனச்சப் பார்க்கிறபோது, நான் என்னை ஒரு கவிஞனா அப்ப நெனச்சு பார்க்கல? என்னுடைய முதல் கவிதை "பாலி ஆறு நகர்கிறது..." என்பதுதான்.

இ: கணையாழியிலே வந்ததுல்ல?...

ஜெ: நான் பள்ளிக்கூடத்தில் படிக்கிறபோது ஒரு கிராமப் பள்ளிக்கூட சஞ்ஜிகையில் வந்தது. அதன் பிறகு கணையாழி அதை மீள் பிரசுரம் செய்தது. அந்தக் கவிதையை நான் எழுதுகிறபோது கிராமியப் பாடல்களிலிருந்து... கிராம மக்களுடன்

அவங்கப் போற இடங்களுக்கெல்லாம் ஒரு கத்துக்குட்டியா... பங்குபெற்ற காலங்களில்... இந்த கிராமிய மனிதர்களின் கவிதை வெளிப்பாடுகளைக் கற்றுக்கொண்டேன். மரபுக்கவிதைகளை பள்ளிக்கூடத்தில்... பாடத் திட்டத்துல, பத்தாம் வகுப்பு படிக்கும்போது, சிலப்பதிகார, கம்பராமாயணப் பகுதிகள்... அதற்குப் பிற்பாடு எங்களுடைய மரபுக்கவிதைகளைத் தேடி வாசித்தேன்.

இ: கணையாழியில் உங்களது 'பாலி ஆறு நகர்கிறது' வெளிவந்தபோது தமிழ் நாட்டிலிருந்து எந்த மாதிரியான வரவேற்பிருந்தது?

ஜெ: அசோகமித்திரன் இலங்கைக்கு வந்தபோது - அந்தக் காலகட்டத்துல நான் கல்லூரி மாணவர் தலைவரா இருக்கிறேன் - இந்த கவிதை வரவேற்பு பெற்ற செய்தியைக் கூறினார். அது எனக்கு உற்சாகத்தைக் கொடுத்தது. இந்தக் கவிதையை நான் 68-ல் எழுதினேன். 70-களில் வந்து கணையாழியில் பிரசுரமாயிற்று. அதற்கு முன்னால் நான் எழுதிய கவிதைகளை இன்றைய கவிதைகளை நோக்கி நடந்து வந்த ஒரு பாதையாகத்தான் நான் நெனைக்கிறேன்.

இ: நீங்க எழுதி வந்த காலகட்டத்துல உங்களது சமகாலத்தவர்களாக யார் யார் முக்கியமாக எழுதிக்கிட்டிருந்தாங்க?

ஜெ: இரண்டு முக்கியமான போராட்டம் முகிழ்த்து வந்த காலம் அது. ஒன்று சிங்கள பேரினவாத அரசுக்கு எதிரான கலகக் குரல். இரண்டாவது தமிழர்களுக்குள் இருக்கிற சாதி ஒடுக்குதலுக்கு எதிரான கலகக் குரல். இந்த இரண்டு குரல்களும் எழுந்து நின்ற காலம். 60-களில் ஓரளவுக்கு நிறைய வரலாற்றுச் சம்பவங்கள் இடம் பெற்ற காலமாகத்தான் அது இருந்தது. அந்த காலகட்டங்களில் இந்தியாவிலேயும் குறிப்பாகக் கேரளா, வங்காளம் போன்ற பகுதிகளிலும் சில கிளர்ச்சிகளும், இலக்கியத்தில் முன்மாதிரியான சில வளர்ச்சிப் போக்குகளும் இருந்தன என்பதை என்னைவிட நீங்கள் அதிகமாக அறிவீர்கள். இது எங்களிடம் பாதிப்பை ஏற்படுத்தியது. தேசியவாத அணி...

இ: இதெல்லாம் எந்த ஆண்டு?

ஜெ: 60களில்... தேசியவாத இலக்கிய அணி ஒன்றும் பாரதிதாசன் போன்றவர்களை அடியொற்றி எழுந்தது. உள்ளார்ந்த சாதி ஒடுக்குதலுக்கு எதிரான ஓர் இடதுசாரி அரசியலை மற்றொரு அணியினர் முதன்மைப்படுத்திக் கொண்டிருந்தார்கள். அந்த அணியில் முருகையன், தேசிய அணியில் மஹாகவி, கல்கி அனந்தன், நீலாவாணன்...

இ: நீங்க இதைச் சொல்லும்போது தமிழ்நாட்டிலே எப்படி இருந்ததுன்னு யோசிச்சுப் பார்க்கிறேன். இங்கேயும் ரெண்டு போக்குகள் இருந்திருக்கு. 60, 70-களிலே தமிழகத்தில் தீவிரமான தமிழ் மொழி உணர்வு தோன்றியது. திராவிட இயக்கத்தினுடைய கலை இலக்கிய சிந்தனை, மொழியை ஆதாரமாகக் கொண்டிருந்ததுதான் இதற்குக் காரணம். ஆனால் பெரியாரிடம் இருந்துவிட்டு, பிறகு அவரிடமிருந்து விலகி வந்து பொதுவுடைமை இயக்கத்துக்குள் தீவிரமாக இயங்கிய ப. ஜீவானந்தம் போன்றவங்ககூட தமிழ் உணர்வோடுதான் இருந்தாங்க. ஜீவா 60-களில் தொடங்கிய 'தாமரை' இதழில்கூட சங்க இலக்கியம், சிலப்பதிகாரம் போன்றதையெல்லாம் வர்க்கப் பார்வையோட பாராட்டத்தான் செய்தார். ஆனால் ஒரு முக்கியமான shift. திராவிட இயக்கத்துக்காரர்கள் பழந்தமிழ் இலக்கியம் காட்டிய சமூகத்தை, ஒரு குறையும் இல்லாத சமூகமாகக் காட்டியபோது, கம்யூனிஸ்டுகள் அந்த இலக்கியங்கள் காட்டும் சமூகம் வர்க்கப் பார்வையில் எத்தகைய குறைபாடுகளைக் கொண்டிருக்கிறது என்று பேசினாங்க. இதுதான் முக்கியம்.

ஜெ: சரி, தமிழகத்தில் இருந்த இந்தச் சூழலிலே கவிதை எழுதுகிறவர் என்ற வகையிலே உங்களுடைய நிலைப்பாடு என்னவாக இருந்தது?

இ: என்னுடைய இளமைக் காலத்திலே இலக்கியத்துக்காக என்னைத் தயார் செய்த கவிஞர் ப. இராஜேஸ்வரன், புலவர் த. கோவேந்தன், இவங்களெல்லாம் என்னை மிகுந்த தமிழ் உணர்வுள்ளவனா தயார் செய்தாங்க. நீங்க சொன்ன ஈழத்து நிலைமைக்கும் தமிழகத்து நிலைமைக்கும் ஒரு முக்கியமான

வேறுபாடு இருக்கு. இங்கே நான் சொன்ன எனது இலக்கிய ஆசான்கள் தொட்டு, எல்லோருமே தேசியவாதச் சிந்தனையையும், பொதுவுடைமைச் சிந்தனையையும் எதிரும் புதிருமா நினைக்கல. அதனால நானும் கூட தேசியவாதத்தையும், பொதுவுடைமைச் சிந்தனைகளையும் வலமும், இடமும்போலத்தான் நெனச்சேன். இதிலே எனக்கு எந்த குற்ற உணர்ச்சியும் இல்லை.

மரபுக்கவிதையில் பல்வேறு யாப்புகளில் எழுதுகிற ஒருவனாக நான் இருந்தபோது, புதுக்கவிதை எனக்கு அறிமுகமாச்சு. அப்போது அதற்கு மாபெரும் எதிர்ப்பும், கிண்டலும், கேலியும் இருந்தது. சென்னை LLA Buildingல ஞானக்கூத்தனுடைய 'அன்று வேறு கிழமை' புத்தக வெளியீட்டு விழாவிற்கு போயிருந்தேன். ரொம்ப வித்தியாசமான முறையிலே புத்தகம் தயாரிக்கப்பட்டிருந்தது. வெளியீட்டு விழாவும் வித்தியாசமாக இருந்தது. பொதுவாக மரபில் பலவிதமான யாப்புகளையும் பயன்படுத்தத் தெரிந்தவனாக இருந்த எனக்கு, புதுக்கவிதையின் வித்தியாசம் சுவாரசியமா இருந்தது.

தர்மு சிவராமுவின் கண்ணாடியுள்ளிருந்து', பசுவையாவின் 'நடுநிசி நாய்கள்', சிற்பியின் 'சர்ப்ப யாகம்', அப்துல் ரகுமானின் 'பால் வீதி', அபியினுடைய 'மௌனத்தின் நாவுகள்' - எல்லாமே அப்போது ஏதோ ஒரு புதிய காற்றை சுவாசிக்கிற மாதிரியான சந்தோஷத்தைக் கொடுத்தது. இவங்களுடைய கவிதைகள் என்னை ஏதோ ஒரு வகையில் உள் வாங்கின.

வாழ்க்கையிலிருந்து எந்தவித சவால்களும் இல்லாதிருக்கும் பட்சத்தில் மொழியிலிருந்தும், வடிவத்திலிருந்தும் சவால்களை பெரும்பாலான தமிழ்நாட்டுக் கவிஞர்கள் ஏற்படுத்திக் கொண்டாங்கன்னு தோணுது. இங்கே கவிதை எழுதுகிறவர்கள் யாரா இருக்கிறாங்கன்னா பெரும்பாலும் மத்தியதர வர்க்கத்தில் வசதியா இருக்கிறவர்கள்தான்.

ஈழத்துக் கவிதை எங்கிருந்து கிளம்புதுன்னா பிரச்னைகளின் முகத்துக்கு நேரே எடுக்கப்பட்ட சவால்களிலிருந்து கிளம்புது. ஆனால் தமிழகத்து புதுக்கவிதைங்கிறது மரபுக்கவிதையின் ஒரு எதிர்வினையாத்தான் முன் வைக்கப்பட்டது. குறிப்பாக திராவிட இயக்கச் சிந்தனை கவிதைக்குள் பிரவேசித்தபோது, சில

12 ◆ கவிதை அனுபவம்

ஆசார சக்திகள் அதை எப்படி எதிர்கொள்வதென்று யோசித்து புதுக்கவிதையை அதற்கு எதிராக வச்சாங்களோன்னுகூட ஒரு சந்தேகம் தோணுது. எனவே புதுக்கவிதையின் ஆரம்ப காலகட்டத்திலேயே வேதாந்த விசாரங்களும், தனிப்பட்ட உள்முகத் தேடல்களும் பிச்சமூர்த்தி காலத்திலிருந்தே தமிழ்நாட்டுல தொடங்கிடுச்சு. அதே ஈழத்து கவிதைகள்ல ஆரம்ப காலகட்டத்திலேயே பொதுப் பிரச்சனைகளோடு தொடர்புள்ளதா கவிதை இருந்ததுன்னு நான் நினைக்கிறேன். அது அப்படித்தானா? நான் சொல்றது சரியா?

ஜெ: இன்றைக்கு பல்வேறு கருத்துக்கள் சொல்லப்பட்டாலும், சாதி ஒடுக்குதலுக்கு எதிரான போராட்டத்தில் இடதுசாரிகளும் சரி... இன ஒடுக்குதலுக்கு எதிரான போராட்டத்தில் செல்வநாயகம் அவர்கள் தலைமையில் சரிசம கோரிக்கைகளை முன் வைத்துப் போராடிய தமிழரசு கட்சியினரும் சரி தங்களது போராட்டத்திற்கு உண்மையாகவே... நேர்மையாக உழைத்தார்கள். அவர்களுக்கிடையில் தமிழரசு கட்சியினர் தமிழர்களுக்குளுள்ள மோதலை பிரதானப்படுத்தக் கூடாது, பிரச்சினைகளை காந்திய வழியில்தான் தீர்க்க வேணும் என்ற கருத்தை வலியுறுத்தினார்கள். அப்ப ஆலயப் பிரவேசம் முக்கியமான போராட்டமாக இருந்தது. தமிழரசு கட்சியிலும் வன்னிய சிங்கம், ராஜ குலசிங்கம் போன்றவர்கள் ஒரு முற்போக்கான பாதையை எடுத்தார்கள். நவரத்னம் மற்றும் வேறுபலர் மிதவாதிகளாகவும் அல்லது பிற்போக்குத்தனம் உள்ளவர்களாகவும் இருந்தனர். அதேபோல இடதுசாரி அமைப்பிற்குள் சீன, ரஷ்ய பிளவுகள் வந்தன. இதில் சீன சார்பு சிந்தனையாளர்கள் வன்முறையை முன்மொழிந்தார்கள். அந்தத் தருணத்தில் வன்முறை இல்லாமல் ஒரு தீர்வை வைக்க முடியாத சூழல்கள். அப்ப பாரம்பரியமாக, தமிழரசு கட்சியைச் சேர்ந்த - ஒரு வர்த்தகராக இருந்து நில உடைமையாளராக மாறிய குடும்பத்தைச் சேர்ந்தவனாக இருந்தேன் நான். அதிர்ஷ்டவசமாக வீட்டிலே எனக்குக் கொஞ்சம் சுதந்திரம் இருந்தது. கிறித்துவ போர்டிங் ஸ்கூலில் படித்தபோது அங்கிருந்து இரவுகளில் களவாக இரு சாராரின் கூட்டங்களுக்கும் போவேன். இதில் சாதி ஒடுக்குதல் தொடர்பான போராட்டத்தில் வன்முறையோடு சேர்த்து கம்யூனிஸ்டு கட்சியை ஆதரித்தேன். அப்ப டீன் ஏஜ்தானே எனக்கு? ஆனா தேசிய இன ஒடுக்குதலுக்கு

எதிரான போராட்டத்தில் கம்யூனிஸ்ட் கட்சியின் போக்கை ஆதரிக்கவில்லை. கம்யூனிஸ்ட் கட்சியைப் பொறுத்தவரையில் சாதி ஒடுக்குதலுக்கு எதிரான போராட்டத்தை முன்னிலைப் படுத்தி - இன ஒடுக்குதலுக்கு எதிரான போராட்டத்தை கைவிட்டு - இன ஒடுக்குதலுக்குக் காரணமான சக்திகளோடு கொலாபரேட் பண்ற நிலைப்பாட்டை எடுத்ததை நான் ஆதரிக்கவில்லை.

இது எங்களைப் போன்ற இளைஞர்கள் மத்தியில் ஒரு குழப்ப நிலையை ஏற்படுத்தியது. இரண்டு ஒடுக்குதல்களில் தமிழரசு கட்சி ஒரு ஒடுக்குதலையும், இடது சாரிகள் இன்னொரு ஒடுக்குதலையும் பிரதானப்படுத்தினார்கள். அடுத்த ஒடுக்குதல் தொடர்பாக ஒரு நேர்மையான பாதையைத் தெரிவு செய்யவில்லை. இந்த இரண்டு ஒடுக்குதல்களிலும் ஒரு இணக்கம் வேண்டும் என்ற கோஷம் பலமான கோஷமாக ஒலிக்கவில்லை.

சாதி ஒடுக்குதல் முதலில் களையப்பட வேண்டிய ஒடுக்குதல் என்ற கருத்து எங்களைப் போன்ற இளைஞர்கள் மத்தியில் மேலோங்கினதால, நாங்கள் எங்கள் விமர்சனங்களோடு கம்யூனிஸ்ட் கட்சியின் போராட்டங்களை ஆதரித்தோம். ஆனாலும் கம்யூனிஸ்ட் கட்சியோட நின்றுதான் சாதி ஒடுக்குதலுக்கு எதிரான போராட்டத்தை வெல்ல வேணும் என்கிற கருத்து இருந்தது. அது சின்ன வயசுல இருந்தாலும் கூட அதை இன்று வரைக்கும் சரியான நிலைப்பாடு என்றுதான் நான் கருதுறேன்.

இ: இப்ப நீங்க சொல்றபடி பார்க்கும்போது ஆரம்பகாலக் கவிதைகளில் கலை ரீதியான ஒன்றைச் செய்து பார்க்கணுங்கிறது இல்லாமல், ஒரு செய்தியைச் சொல்லணும்கிறதுக்காக கவிதை எழுதுனதா தெரியுது. அது அப்படித்தானா?

ஜெ: சரியா சொல்றதா இருந்தா, எங்களின் போராட்டங்கள் இல்லாமல் இருந்திருந்தால் உமர்கயாம் மாதிரி கவிதைகள் எழுதியிருப்போம். சின்ன வயசுலேர்ந்து எனக்குள்ள கவிதை தொடர்பான ஆர்வம் இருந்தது. ஆனா மக்கள் தொடர்பான உயிர்த்துடிப்புள்ள, இன்றைக்கும் நினைத்துப் பார்த்தால் நிம்மதி தரக்கூடிய ஒரு பாதையில் சென்றிருக்க மாட்டோம்.

இ: இதே மாதிரிதான் தமிழ்நாட்டில் எழுத வந்தவங்களும். ஒடுக்கப்பட்ட மக்களின் விடுதலை சம்பந்தப்பட்ட விஷயம், தமிழ் தேசிய அடையாளம் குறித்த விஷயம் ஆகியவை தமிழ்நாட்டு அரசியலிலும் இருந்தது. ஆனால் இந்த பாடுபொருள்கள் கவிதைக்கு உகந்தவையா என்கிற ஒரு கேள்வி பிரதானமாக இருந்தது. அது மட்டுமல்லாமல் இங்கே கவிதை எழுதுபர்களாக இருந்தவர்களில் பெரும்பாலானவர்களின் வாழ்க்கைச் சூழல் உண்மையாகவே போராட்டத்தோடு சம்பந்தப்பட்டதா இல்லை. என்னுடைய கவிதைகளை எடுத்தாலும்கூட, உங்களை மாதிரி ஒரு தீவிர அரசியல் பேசும் கவிதைகளை நானே அதிகமாக எழுதவில்லை. என்னுடைய அரசியல் கவிதைகள் எண்ணிக்கையில் அதிகம் கிடையாது. என்னுடைய நெருங்கிய நண்பர் ஒருவர் கேட்டார் - "உங்களுடைய மொழி பெயர்ப்புகள் ஒரு தீவிரமான அரசியலைப் பேசுகிறபோது, உங்கள் கவிதைகள் மட்டும் ஏன் அதைப் போன்ற தீவிர நிலைப்பாட்டை எடுப்பதில்லை?" இதற்கு நான் சொன்ன பதில் என்னான்னா... நான் மொழிபெயர்த்த கவிஞர்கள் மேதைகள். அவர்கள் அவர்களது வரலாற்றுச் சூழலில் அத்தகைய நிலைப்பாட்டை எடுத்தவர்கள். எனக்கு அதுமாதிரி வாழ்க்கைச் சூழல் இல்லை. நான் மொழிபெயர்த்த மேதைகளைப்போல பொய்யாய்ப் புஜம் கட்டி என்னால் ஆட முடியாது. I cannot manage a lie in my poetry.

ஜெ: இந்த இடத்தில் நேர்மையான ஒரு விஷயத்தைச் சொல்ல வேணும். நான் எழுதுகிற கவிதைகள் மட்டும்தான் சிறந்தவை என்று நான் சொல்ல மாட்டேன். ஆயிரம் மலர்கள் மலர்வதைப்போல, பல்வேறு வண்ணங்கள், பல்வேறு பறவைகள், பல்வேறு கவிதைப் போக்குகள் ஜனநாயக ரீதியான வடிவங்களோடு பல இண்டராக்ஷன்களோடு எழுதப்பட வேணும்னுதான் நான் விரும்புகிறேன். ஆனா என்னைப் பொறுத்த அளவில் என் கண்ணுக்கு முன் நடக்கிற, என்னை பாதிக்கிற பிரச்சனை தொடர்பான நிலைப்பாடு எடுப்பதுதான் முக்கியமாக இருந்தது. அதுதான் சாத்தியமாகவும் இருந்தது. நாம் எல்லா விஷயங்களையும் பற்றி கவிதை எழுதலாம். அரூபமான விஷயங்கள் பற்றியும் கவிதை எழுதலாம். பிரபஞ்சத்தை, ஆன்மீக விஷயங்களைப் பார்த்தாக்கூட எல்லோரும் ஒரு தளத்திலிருந்து பார்க்கிறதில்ல.

ஒருத்தர் மலை உச்சியிலிருந்து பார்க்கிறார். சாரலிலிருந்து இன்னொருவர் பார்க்கிறார். ஒருவர் பூந்தோட்டத்திலிருந்து மரங்களையும், கொடிகளையும் பார்ப்பார். அவர்கள் எழுதற விஷயங்கள் எல்லாம் கவிதைக்குரிய விஷயமா இருக்கும். ஆண் - பெண் உறவிலிருந்து போராட்டம் வரைக்கும் - எல்லாம் கவிதைக்குரிய விஷயங்கள்தான்.

இ: நானும் கூட அப்படித்தான் நம்பறேன். நாங்கள் தேர்ந்தெடுக்கிற பாடுபொருள்தான் சிறந்தது என்று சொல்லியோ, நாங்கள் செய்யும் முறைதான் சிறந்தது என்று சொல்லியோ வலியுறுத்துவது ஜனநாயகத் தன்மையுடையது அல்ல.

அவரவர்கள் அவரவர்களுடைய கவிதை ஆளுமையைக் கட்டுவதற்கான ஒரு சுதந்திரமான காற்று வீசணும். அது ரொம்ப முக்கியம். ஆனால், அதே நேரத்தில் கவிதை என்பது ஒரு உள்முகமான தேடல் சார்ந்ததாகத்தான் இருக்க வேண்டும் என்றும், அப்போதுதான் அது கலைத் தன்மை உடையதாக மாறுகிறது என்றும் சாதிப்பதில் எனக்குச் சம்மதமில்லை.

கவிதை என்பது ஒரு பொதுக் கருத்தைப் பேசிய உடனேயே அது கலைத் தன்மையை இழந்து விடுகிறது. அது பிரச்சாரமாகி விடுகிறது என்று பேசும்போதுதான் அபத்தமாகிறது. தமிழ்நாட்டில் அதுபோன்ற சூழல் இருக்கிறது.

ஜெ: எங்களது விமர்சன வரலாற்றில் நிறைய குளறுபடிகள் இருக்கின்றன. எங்களது நாட்டிலேயும் 60-களில் தளையசிங்கம் தலைமையில் ஓர் அணி இருந்தது. கைலாசபதி, சிவத்தம்பி ஆகியோரது விமர்சனங்களை இடதுசாரி அணியிலிருந்து ஆதரித்தார்கள். நான் இந்த இரண்டிலிருந்தும் கற்றுக்கொண்டேன். இவர்களுக்கிடையில் நடந்த விவாதங்களிலிருந்தும் கற்றுக் கொண்டேன். என்னைப் பொருத்தமட்டில் இவர்கள் இருவரும் ஒரு நதியினுடைய இரண்டு கரைகள் என்றுதான் சொல்வேனே ஒழிய ஒரு கரையில் இருந்துகொண்டு இன்னொரு கரையைக் குறை சொல்ல மாட்டேன்.

எந்த இடத்தில் பிரச்சினை வருகுதென்றால் எந்த நதியும் ஒரு கரையில்தான் ஓடுதென்று சொல்லும்போதுதான். கரையில்

படகோட்ட ஏலாது. எந்த ஆரோக்கியமான படகோட்டியும் இரண்டு கரைகளுக்கும் இடையில் ஓடுற நதியிலதான் படகோட்ட முடியும். என்னைப் பொறுத்தவரையிலும் தளையசிங்கம், கைலாசபதி, சிவத்தம்பி போன்றவர்களுடைய விமர்சனப் போக்குகள் என்கிற நதியிலதான் நான் படகோட்டிறன். இரண்டு தரப்பிலும் மடாதிபதிகள் போல நடந்த போக்குகள் இருந்தன. தாங்கள் ஞானஸ்நானம் கொடுப்பவர்கள்தான் ரட்சிக்கப்படுவார்கள் என்கிற கருத்து ரெண்டு தரப்பிலும் இருந்தது. நான் நினைக்கிறேன், நாங்கள் தமிழ்நாட்டில் இருந்தால் என்ன, இலங்கையில் இருந்தால் என்ன! விமர்சனங்கள் விவாதங்களாக இருக்க வேணுமே தவிர, விமர்சனங்கள் அருள் வாக்குகள் அல்ல. தாங்கள் ஆதரிக்கிற, அல்லது தாங்கள் எழுதுகிறதை நியாயப்படுத்துவதற்காக மற்றவர்களைக் காயப்படுத்துவதை ஏற்றுக்கொள்ள முடியாது. ஒரு விமர்சகன் என்ற முறையில் இதை நீங்கள் எப்படி எதிர்கொள்கிறீர்கள்?

இ: ஒரு கவிஞன் என்ற நிலையில் நான் செயல்பட்ட அதே நேரத்தில் ஒரு விமர்சகன், குறிப்பாக ஓவியம், சிற்பம், இலக்கியம் ஆகியவை குறித்தும் என்னுடைய கருத்துக்களை நான் தொடர்ந்து பதிவு செய்திருக்கிறேன். இதன் இன்னொரு பக்கமாக நம்மைச் சுற்றி இருக்கும் இன்றைய உலக இலக்கிய எழுத்தாளர்கள் என்ன செய்கிறார்கள் என்பதைத் தமிழ் இலக்கிய உலகத்திற்கு அறிமுகப்படுத்த மொழிபெயர்ப்பு முயற்சிகளிலும் ஈடுபட்டேன். இப்படி செய்தவைதான் 'அறைக்குள் வந்த ஆப்பிரிக்க வானம்', 'பசித்த தலைமுறை', 'காற்றுக்குத் திசையில்லை' போன்ற நூல்களெல்லாம்.

தமிழ் விமர்சனக் களத்தில் க.நா.சு., சி.சு. செல்லப்பா, பிரமிள், வெங்கட் சாமிநாதன் போன்றவர்களெல்லாம் கவிதை பற்றிச் சொன்ன கருத்துக்கள், பிற பேராசிரிய கவிஞர்களான அப்துல் ரகுமான், சிற்பி, மீரா போன்றவர்கள் சொன்ன கருத்துக்களுக்கு முற்றிலும் முரண்பட்டவையாக இருந்த காலகட்டத்தில்தான் நான் வளர்ந்தேன். ஒரு தரப்பினர் அரசியல் கருத்துகள் கவிதைக்குள் வரவே கூடாது என்று சொன்னபோது இன்னொரு தரப்பினர் அரசியல் கருத்துகள் கவிதைக்குள் வந்தாலும் கலைத்தன்மை குன்றாது என்ற நிலைப்பாட்டை எடுத்தனர். மேலும் பிழை மலிந்த தமிழை

நவீனத்துவம் என்று சாதிக்கும் போக்கும் இருப்பதாக எனக்குத் தென்பட்டது. கவிதையின் கச்சாப்பொருளே மொழிதான். எனவே மொழியில் சிறந்த தேர்ச்சி இருக்க வேண்டும் என்று நான் அப்போதே கருதி இருக்கிறேன்.

ஜெ: நான் எதைப் பாடலாம், எதைப் பாடக்கூடாது என்று மற்றவர்கள் எனக்குச் சொல்வதை என்றைக்கும் அனுமதித்தது கிடையாது. பாடப்படக் கூடாத பொருள் ஒன்று பிரபஞ்சத்தில் இல்லை. நாங்கள் பாடக்கூடிய பொருள் எங்களுக்குச் சரி. அவர்கள் பாடக்கூடிய பொருள் அவர்களுக்குச் சரி.

இ: அது சரி. நான் சொல்வது பாடுபொருள் பற்றியது மட்டுமில்லாமல் கையாளப்படும் மொழி குறித்ததுமாகும். ஒவ்வொரு கவிஞனும் தனக்கென்று பிரத்யேகமான ஒரு மொழியைக் கையாள முனைகிறான். குறிப்பாக என்னுடைய கவிதைச் செயல்பாட்டில் அனுபவத்தைப் பகிர்ந்து கொள்வதற்கு கவிதையின் மொழி போதுமானதாக இல்லை. மலையாளக் கவி கடம்மனிட்ட ராமகிருஷ்ணன் சொன்னதுபோல "வார்த்தைகள் நமது எச்சிலில் விழுந்த உடனேயே முதல்தர பொய்யாக மாறிவிடுகிற" ஒரு அவலம். நான் ஒருமுறை ஒரு விஷயத்தைக் கவனித்தேன். ஊருணி ஒன்றில் இரண்டு கால்களையும், தண்ணீரில் விட்டுக்கொண்டு உட்கார்ந்து மீன் பிடிக்க தூண்டில் போட்டுக் கொண்டிருக்கும் சிறுவர்களைப் பார்த்தேன். அவர்களின் காலை மீன் வந்து கடிக்கும். "காலை கடிக்கு தடா... காலை கடிக்குதடா" என்று பசங்க கத்துவாங்க. ஆனால் மீன் தூண்டிலில் மாட்டாது. இதை 'காலை வந்து கடிக்கும் கவிதை, தூண்டில் முள்ளை ஏமாற்றும்' என்று ஒரு கவிதையில் எழுதியிருந்தேன். கல்யாண்ஜி கூட அதை ரொம்பப் பாராட்டினர். இந்த சோகம் ஏன் நிகழுதுன்னா, மொழி நமது அனுபவத்தைச் சொல்வதற்கு எந்த அளவிற்கு உதவி செய்கிறதோ, அதே அளவிற்கு அனுபவத்தை மறைக்கவும் பயன்பட்டு விடுகிறது. இதை என்னுடைய பல்வேறு கவிதைகளில் திரும்பத் திரும்ப நான் சொல்லியிருக்கிறேன். "வரவர வார்த்தைகள் மீதே எனக்கு நம்பிக்கையற்றுப் போச்சு நான் சொல்ல, மற்றவன் வேறொன்றாய்ப் புரிந்து கொள்ள, விளக்கம், மறுவிளக்கம், விளக்கத்திற்கு விளக்கம் என புதராய் மண்டி புற்றாய் வளரும் வார்த்தைகள்."

ஜெ: மொழி என்பது நாங்கள் வாழுகிற கிராமத்து மக்களிடமும், போராட்டங்களிலும், நாங்கள் வாசிக்கிற புத்தகங்களிலும், மேல்தட்டு வர்க்க மக்கள் கிட்டேயிருந்தும் மெய்ஞ்ஞானிகள் கிட்டேயிருந்தும், மற்றும் எங்களுடைய பாரம்பரியமான இலக்கியங்களிலிருந்தும், உழைக்கும் கிராமிய மக்கள் கிட்ட புழங்கும் கதைகளிடமிருந்தும் - பல்வேறு இடங்களில் மொழிப் பொக்கிஷங்கள் இருக்கு. ஒவ்வொரு கலைஞனும், ஒவ்வொரு இடத்திலிருந்து இந்த மொழிகளைத் தெரிவு செய்கின்றான். இந்த மொழியில் ஒரு கெமிஸ்ட்ரி இருக்கு. அவரவர்களுடைய நிலைப்பாடு. சமூக, கலாச்சாரப் பின்னணி, அவரவர்களுடைய வாழ்வனுபவங்கள் இவற்றைப் பொருத்து இந்த கெமிஸ்ட்ரி செயல்படுது. நான் இந்த எல்லா தட்டுகளிலிருந்தும் என்னுடைய மொழியை எடுத்திருக்கிறேன். என்னிடம் அதிகமாக உள்ளது மக்களது மொழிதான் என்று நினைக்கிறேன். மற்றும் நான் நகர்ப்புற மத்தியதர வர்க்கத்து மக்களுக்கு மத்தியில் வாழவில்லை. அப்படி அமைந்திருந்தால் எனக்கு கிடைத்த பொக்கிஷங்கள் கவிதை சார்ந்த மொழியா எனக்கு கிடைச்சிருக்காது. நடுத்தர, நகர்ப்புற வர்க்கத்தின் மொழி என்பது ஆங்கிலத்தின் மொழிபெயர்ப்பு மாதிரிதான். கிராமத்து மக்களின் மனதிலிருக்கும் மொழி என்பது நீண்ட பாரம்பரியமிக்க ஞாபகக் கிடங்குகளிலிருந்து பெற்றிருக்கு. அந்த மொழியில் நிறைய கவிதைகளை அது வரித்திருக்கு. நிறைய 'கிரிஸ்டலைஸ்' (cristalise) பண்ணப்பட்டிருக்கு. ஆயிரம் ஆயிரம் ஆண்டுகளாய் cristalise பண்ணப்பட்டு வந்த மொழி அது.

நகர்ப்புற மொழி என்பது பிஸினஸ் செய்யறது மாதிரியான ஒரு மொழிதான். யாழ்ப்பாணத்தின் ஒடுக்கப்பட்ட மக்களின் பிரதேசங்களில் இது நிகழவில்லை. பெருங்குடி மக்களுடைய மொழி ஆறுமுக நாவலர் காலத்திலிருந்தே protestant மையப்பட்டது. தர்க்கங்களால் அமைக்கப்பட்ட, கிறிஸ்தவத்தை பரப்ப வந்தவர்களின் பாணியில் தர்க்கம் பண்ணுவதுக்கு உகந்த ஒரு மொழிதான் அது. பண்டிதத் தமிழுக்கும், சமஸ்கிருத ஆகம மணிப்பிரவாள மொழிக்கும் இடையில் சிருஷ்டிக்கப்பட்ட ஒருவிதமான Hybrid மொழிதான் அது. அந்த மொழி எங்களுடைய கிராமியத் தமிழை இழிவான மொழியாய் விலக்கித் தன்னை ஸ்தாபித்தது.

அடுத்தக் கட்டமாக, நான் வீட்டை விட்டு வெளியேறி யாழ்ப்பாணத்தின் கொல்லைப் புறங்களில்தான் நான் வாழ்கிறேன். வன்னியில் நான் வாழ்ந்தபோது அலுவல் மொழியில் கவிதை எழுதுகிற துர்ப்பாக்கிய நிலை ஏற்படவில்லை. யாழ்ப்பாணத்தின் கொல்லைப் புறங்களில் நான் வாழ நேர்ந்தது பாக்கியம். மட்டக் களப்புல ஒரு கிராமிய அழகியல் தமிழ் எனக்குக் கிடைச்சது.

இ: அப்ப நீங்க உங்க கவிதை மொழியை எதுல வகைப்படுத்துவீங்க? மக்களுடைய பேசும் மொழியில் எழுதுற ஒரு கவிஞன் என்று உங்களை அடையாளம் காண்பீர்களா? அல்லது நீங்க மரபு ரீதியான இலக்கியத்தின் பல்வேறு ஞாபக அடுக்குகளிலிருந்து எடுத்து சேர்க்கப்பட்ட மொழின்னு வகைப்படுத்துவீங்களா?

ஜெ: என்னுடைய மொழியின் கெமிஸ்ட்ரியில் மக்கள் மொழிதான் அதிகமா இருக்கு. எல்லாவித மொழியிலிருந்தும் நான் எடுத்துக் கொண்டாலும் என்னுடைய தெரிவில் இதுதான் அதிகமா இருக்கு.

இ: சரி. இந்தத் தெரிவு மக்கள் மொழியில இருந்து அதிகமா தேர்ந்தெடுத்துக் கொள்வது என்பது ஒரு கவிஞன் என்ற முறையில் பிரக்ஞைபூர்வமா நீங்கள் ஏற்படுத்திய தெரிவா? அல்லது உங்களுக்கே தெரியாமல் ஓடுகிற நதி வண்டல் மண்ணை கொண்டுவந்து சேர்ப்பதுபோல உங்கள் கவிதையில் வந்து சேர்ந்ததா?

ஜெ: மேலோருடைய மொழி என்று எதைக் கருதுகிறோமோ அதை பாவனை பண்ணி மொழி பற்றிய எல்லைகள் அவர்களுக்கு வகுக்கப்பட்டு வருகின்றன. அதிர்ஷட வசமாக நான் வீட்டை விட்டு விரட்டப்பட்டதால் ஒடுக்கப்பட்ட மக்கள் பற்றிய ஒரு சமூகப் பிரக்ஞை ஏற்பட்டது. மேலோரை பிரமிப்போடு பார்த்து அவர்களது மொழியைத் தெரிய வந்ததற்குப் பதிலா - சாதாரண மக்களின் மொழியைத் தெரிவு செஞ்சேன். அதுதான் என்னுடையை மொழியினுடைய கெமிஸ்ட்ரி. அதுவே என் பலம், பலவீனம் எல்லாம்.

இ: இதை நான் ரொம்ப முக்கியமானதாகக் கருதுகிறேன். இதில் எனக்கு ஆச்சரியம் தரும் ஒரு கவனிப்பு என்னவென்றால் 'இழிசன வழக்கு' என்று பலகாலம் சொல்லப்பட்ட மக்கள் மொழியைக் கையாள்வதாக சொல்கிறீர்கள். தமிழகத்தின் நகர்மயப்படுத்தப்பட்ட ஒரு கவிஞனாகிய எனக்கு உங்களது கவிதை மொழி ஒரு செம்மாந்த இலக்கிய மொழியாகத்தான் தெரிகிறது. தமிழகத்தின் பேச்சு மொழி என்பதோடு ஒப்பிடுகையில், உங்களது பேச்சு மொழி ஒரு செவ்வியல் மொழியாகவே தோன்றுகிறது. நீங்கள் சொல்கிற கவிதையின் செய்தியோடு கூட உங்கள் மொழியின் அழகும் வேலை செய்கிறது. Language Washing என்று ப்ரெக்ட் சொல்வான். பயன்படுத்தப்பட்டு பயன்படுத்தப்பட்டு தேய்ந்த வார்த்தைகளுக்கு புது உயிர் கொடுக்கவேண்டி இருக்கிறது. நீங்க சொன்னீங்க அலுவல் மொழின்னு. அலுவல் மொழி மிகவும் குறுகிய மொழி.

ஒரு கவிஞன் என்ற முறையில் இந்த சோகத்தை நான் பலமுறை உணர்கிறேன். ஒரு வணிகத்திற்கு, நீதிமன்ற வழக்காடுதலுக்கு, பஸ்ல பயன்படுத்தறதுக்கு, ஒருத்தர அன்றாட வாழ்க்கையில் வசை பாடுறதுக்கு - என எல்லாவற்றுக்கும் பயன்படுத்தற அதே மொழியைத்தான் கவிஞனும் தன்னுடைய கவிதையைப் படைப்பதற்கும் பயன்படுத்த வேண்டியிருக்கிறது. எல்லோருடைய கைவிரல் ரேகைகளும் இருக்கிற மொழி அது. கவிஞன் எதைத் தேடுறான்னா ஒரு பிரத்யேகமான மொழி வெளிப்பாட்டை. மேல்தட்டு மக்களுடைய மொழி புறத் தாக்குதல்களினால் corrupt ஆகியிருக்கு. நீரினுடைய பாசியை விலக்கிவிட்டு, கீழே இருக்கும் தெளிந்த நீரை எடுப்பதுபோல கீழ்த்தட்டு மக்கள் என்று சொல்லப்படுபவர்களுடைய மொழியை, கிராமிய மொழியை பயன்படுத்துவதில் கவிஞனுக்கு ஒரு பிரத்யேகமான மொழி கிடைப்பதற்கு வாய்ப்பிருக்கிறது. ஆனால் இந்தத் தேர்ந்தெடுப்பை உங்களை அறியாமலேயே நீங்கள் எடுத்துச் செய்திருக்கிறீர்களா?

ஜெ: ஒன்று சொல்ல வேணும். திறமையான எழுத்தாளர்கள் தங்களுக்குத் தெரிந்த ரசாயனத்தை வைத்துக்கொண்டே படைத்திருக்கிறார்கள். இங்க நான் தெரிந்தெடுத்துக் கொண்ட மொழியின் ரசாயனம்தான் சிறந்தது என்று வாதிட மாட்டேன்.

இ: இது நியாயமான விஷயமாகத்தான் எனக்குத் தோணுது. கவிதை தனக்காகத் தேர்ந்தெடுத்துக் கொள்ளும் மொழியைப் பற்றி பேசிக் கொண்டிருக்கும் இந்தத் தருணத்தில் எனக்கு ஒண்ணு தோணுது. சிறந்த கலைஞன் என்கிற ஒருவன் - கிராமிய மொழியோ, நகரத்து மொழியோ - அதைச் சரியான விதத்தில் orchestrate செய்து உன்னதமான விளைவுகளை ஏற்படுத்தி விடுவான். உதாரணத்துக்கு ஒரு பரத நாட்டியக் கலைஞனை எடுத்துக் கொள்வோம். நடனமாடத் தொடங்குவதற்கு அவன் மேடையில் வந்து நிற்கிறபோது, அப்ப அவனுடைய உடல் மொழி, ஆடை அலங்காரங்கள் இவையெல்லாமே முக்கியமான இடத்தைப் பெறுகிறது. ஆனால் நடனத்தின் துரித கதியில் அவனுடைய உடம்பும், ஆடை அலங்காரங்களும் மறைந்து போய், அதையும் மீறிய வேறொன்று வந்து நம் கண் முன்னால நிக்குது. இதுதான் உண்மையில் நடனம்னு சொல்றோம். இப்படித்தான் கவிதையிலயும், அகராதிகளில் காணப்படாத அர்த்தங்களை மொழி சாதிக்கிறபோது கவிதை ஓர் உன்னத நிலையை அடையுது. இதை நகரத்து வழக்கிலேயும், கிராமத்து வழக்கிலேயும் சாதிக்க முடியும். இதைச் சாதிப்பதில் வெற்றி பெற்ற ஒருவன் இருக்கிறான். அல்லது அதைச் சாதிப்பதால் வெற்றி பெற்றவனாகிறான்.

ஜெ: இது பரத நாட்டியக் கலையில் மட்டுமல்ல, கிராமியக் கூத்து ஆட்டக்காரர்கள் மட்டுமல்ல, தாளத்திற்கும், இசைக்கும் ஏற்றவாறு உடல் மொழியில் கவிதை இயற்றுகிற எவரும் ஓர் அற்புதமான நடனத்தை ஆடத்தான் செய்கிறார்கள். ஆனபடியால் நாங்கள் கண்டுபிடித்த சொல்லைத்தான் சிறந்தது என்கிற வாதத்தை விட்டுடுவோம்.

இ: நான் நீங்க சொன்ன வாதத்தை வைக்கலேங்கிறதை எப்படி தெரிஞ்சுக்கலாம்னா...

ஜெ: நீங்க அப்படி ஒரு வாதத்தை வைக்கிறதா நான் சொல்லவில்லை. (சிரிப்பு)

இ: நான் கிராமத்து மொழியைத் தேர்ந்தெடுப்பதை சிலாகித்தாலும் கூட என்னுடைய கவிதை மொழி கிராமத்து மொழியாக இருப்பதில்லை. ஏனென்றால் நான் முழுக்க முழுக்க நகரத்துக் கவிஞன். நான் நகரத்து மத்தியதர வர்க்கத்து

மொழியைத்தான் கையாள்கிறவன். கவிதையில் எனக்கு வாழ்நிலைக்குப் பழக்கமில்லாத மொழியைக் கையாள முடியாது. என்னைப் பொருத்தமட்டிலும் கவிதையினுடைய மிகப் பெரிய டெக்னிக் - தனக்குத் தானே உண்மையாக இருத்தல்தான். கவிதை மின்போல் அடிக்கச் செய்வதற்கு தனக்குத் தானே உண்மையாய் இருத்தலைத் தவிர வேறு உத்திமுறை இல்லையென்று நான் நம்புகிறேன். நியான் விளக்குகளும், மின்சார ரயிலோடு ஓடி வருகிற நிலாவும், தண்டவாளங்களுக்கு நடுவே பூத்திருக்கிற மஞ்சள் பூவுமாய் இருக்கிற என்னுடைய நகரங்கள், அவற்றிற்கு உகந்த மொழியைத் தேர்ந்தெடுத்துக்கொள்கின்றன.

ஜெ: கையாள்கிற விஷயங்களைப் பொறுத்தும் மொழிக்கான தேர்வு நடைபெறுது.

இ: தேர்ந்தெடுத்துக்கிற விஷயம்தான் எந்த மாதிரி மொழி என்பதை தீர்மானிக்கிறதுன்னு வர்றீங்க இல்லையா?

ஜெ: நான் என்ன சொல்றேன்னா... எங்களுக்கென்று ஒரு மொழியும், அதற்கான கெமிஸ்ட்ரியும் இருக்கு. பாரதியாருக்கான அனுபவங்கள் என்பதுபோல எங்களுக்கு என்று தனி அனுபவங்கள் உண்டு.

இ: 'எங்களுக்கு' அப்படின்னு நீங்க குறிப்பிடறது ஜெயபாலன் என்கிற தனி மனிதரையா? அல்லது ஈழத்து மக்கள் கூட்டத்தையா?

ஜெ: பொதுவாக நான் சொல்றேன். கலைஞர்களுக்கென்று தனியான ஒரு மொழி வழக்கு இருக்கு. இது எழுதப்படுற விஷயங்களுக்கேற்ப நெளிஞ்சு வளைஞ்சு கொடுக்கக் கூடியதுதான்.

இ: நீங்க சொல்ற அந்த நெகிழ்வுத் தன்மை என்பது உங்கள் கவிதையில் இல்லைன்னுதான் நான் நெனக்கிறேன். உங்களது ஒவ்வொரு கவிதையும், ஒவ்வொரு விதமான மொழியைக் கையாளவில்லை. ஜெயபாலன் என்கிற கவிஞனின் கவிதை ஆளுமைக்கான ஒரு தொனிதான் உங்கள் மொழிப்

பிரயோகத்தில் காணக் கிடைக்கிறது. உங்கள் கவி ஆளுமை பெரிதும் மொழியைச் சார்ந்திருப்பதாக நான் நினைக்கிறேன். ஆனால் என்னுடைய கவிதைகளில் அப்படியான நிலைமை இல்லை. ஒவ்வொரு கவிதையில் ஒவ்வொன்றைப் பரிசோதனை செய்வேன். அவை மிகவும் செயற்கையான பரிசோதனை முயற்சிகள் என்றுகூட எனக்குத் தோன்றியிருக்கிறது. ஆனால் கவிதையில் புதிய பரிமாண விஸ்தீரணங்களைச் சாதிப்பதற்கு இந்த பரிசோதனைகள தேவை என்று நான் நம்புகிறேன்.

நான் ஒரு poetry workshop-இல் முயற்சி செய்யற மாதிரிதான் கவிதைகளைச் செய்கிறேனே தவிர உணர்ச்சியின் உச்சகட்டத்தில் கவிதை வந்து விழுவது கிடையாது. இது பால்வெலேரி என்கிற பிரெஞ்சுக் கவிஞன் verse donnes என்றும் Verse calcules என்றும் பகுப்பது மாதிரிதான். அவர், உணர்ச்சியின் உச்ச கட்டத்தில் வெளிப்படும் கவிதையை verse donnes என்று குறிப்பிடுகிறார். அறிவுப்பூர்வமாக செய்யப்படுகிற கவிதைகளை verse calcules என்று சொல்கிறார். என்னுடைய அண்மைக்கால கவிதைகள் verse calcules வகையைச் சேர்ந்ததுன்னு தோணுது. ஆனால் உங்களது கவிதைகள் இதுபோல் அல்லாமல் தனக்கான தனி மொழி ஆளுமை கொண்டவையாகத் தெரிகின்றன.

ஜெ: ஒருவேளை இது ஒரு குறிப்பிட்ட அளவு எழுதிய பிறகு வந்து அமைந்து வருவதென்று நினைக்கிறேன்.

இ: கவிதைக்கென்று ஒரு பூகோளம் இருக்கு. கவிதையின் மொழியில் அந்தப் பூகோளத்தின் தடயங்கள் இருக்கு. உங்களுடைய கவிதைகள் தங்களுடைய பின்புலத்தை இடத்திற்கு இடம் மாத்துது. காரணம் நீங்கள் பல்வேறு நாடுகளில் புலம்பெயர்ந்து வாழ வேண்டிய நிர்ப்பந்தம்.

ஜெ: நான் நெனக்கிறேன் ஒரு வேளை - சரியா சொல்றேனோ என்னவோ தெரியவில்லை - என்னப் போல பல நிலத்தில் பயணம் செய்கிற ஆட்கள் மொழியை இறுக்கமா பிடிக்கிறமோ என்று தெரியவில்லை. நீங்கள் ஒரு நிலத்தில் காலை ஊன்றி இருக்கின்றீர்கள். அதனால நீங்க அந்த மொழியில் பரிசோதனை செய்து பார்க்கிறீர்கள்.

இ: நல்ல கவனிப்புதான் இது. நான் இதுவரையில் இப்படி யோசித்துப் பார்க்கவில்லை. நீலாவாணனுடைய ஒரு கவிதையில்

அவர் அம்பிக் குருவிகள் பற்றிப் பேசுகிறார். அந்த குருவிகள் ஒரு குறிப்பிட்ட பூகோளப் பகுதியைச் சேர்ந்தவை. அதே சமயம் நீங்கள் நார்வேயில் இருக்கிற 'மக்பை' என்கிற பறவையைப் பற்றி சொல்றீங்க. இப்படி ஒரு புதிய பூகோளத்திற்குள் உங்கள் வாழ்க்கை மாறுகிறபோது, அது உங்களுடைய கவிமொழிப் புனைவுல எந்த மாற்றத்தையும்கொண்டு வந்ததாய்த் தெரியவில்லை. யாழ்ப்பாணத்தின் ஒரு தெருவைப் பேசும்போதும், ஃப்ராங்பர்ட்டில் இருக்கும் பன்றிக்குடில் போன்ற வீடுகள் கொண்ட தெருவைப் பேசுகிறபோதும் கவிதையின் மொழி ஒன்றாகத்தான் இருக்கிறது. இப்படி நான் சொல்றதுனால கவிஞனின் மொழி, அவன் வசிக்கிற இடத்திற்கு ஏற்ப மாறித்தான் தீரணும்னு நான் சொல்றதா நினைக்கக் கூடாது.

ஜெ: நீலாவாணன் பற்றி நீங்கள் குறிப்பிட்டபடியால் இதை நான் சொல்ல விரும்பறேன். சமகாலத்தின் இலக்கியப் போக்குகள் கொண்ட நீலாவாணனுக்கும், மகாகவிக்கும் ஒரு பெரிய வித்தியாசம் தெரியும். மகாகவி யாழ்ப்பாணத்தைச் சேர்ந்தவர். நீலாவாணன் கிராமங்கள் செழித்த மட்டக்களப்பைச் சேர்ந்தவர். இரண்டு பேருடைய மொழிக்கும் கெமிஸ்ட்ரியில் வேறுபாடு இருக்கிறது. கிழக்கு மாகாணத்தில் தமிழக மக்கள் பெருமைப்படக் கூடிய ஒரு கூத்து வடிவம் உண்டு. 'வடமோடி' என்கிற கூத்து வடிவம். இவற்றிற் கிடையிலாக வந்த கவிஞர்களின் தெரிவுகளை கூத்தும், கிராமியக் கலைகளும் பாதிச்சிருக்கு. குறிப்பாக நீலாவாணன், சோலைக்கிளி போன்றவர்களது கவிதைகளில் கிராமிய மொழியும், அதன் மேஜிக்கும் உள்ளன. கிராமியத் தமிழில் இருக்கிற மந்திர ஜாலங்கள் இவர்களது மொழியில் உண்டு.

இ: ஈழத்தில் வாழும் தமிழர்களுக்குத் தங்களது மூதாதையர்களின் மண் என்கிற வகையில் தமிழகத்தின் மீது ஒரு தனியான பிரேமை இருப்பதை நான் பார்த்திருக்கிறேன். ஆஃப்ரோ - அமெரிக்கர்கள் ஆப்பிரிக்காவின் மீது கொண்டிருப்பதைப் போன்ற ஒரு பிரேமை அது. தமிழகத்திற்குள் இருக்கிறவர்களுக்கு, தான் பாதுகாப்பாக இருப்பதான உணர்வு இருக்கு. இதனால் குழந்தை தாயுடன் விளையாடிப் பார்ப்பதைப்போல மொழியுடன் நிறைய விளையாடிப் பார்க்கிறார்கள். சுந்தர ராமசாமி 'மந்த்ரம்' என்கிற கவிதையில் ஒரு லகுவான மொழியை -

பெரும்பாலும் பேச்சுமொழிக்கு பக்கத்தில் வரக்கூடிய ஒன்றைக் கையாள்கிறார். இதேபோல் ஞானக்கூத்தனும் பேச்சுமொழியைக் கையாள்வதுண்டு. ஆனால் இவர்கள் இருவரும் கையாளும் பேச்சுமொழிக்கும், பழமலய் தன் கவிதையில் கையாளும் பேச்சு மொழிக்கும் வேறுபாடு உண்டு. பழமலயின் பேச்சுமொழி ஒரு Peasant stock. இதுவொரு ஒழுங்கு செய்யப்படாத ஒரு மூல சக்தியை, ஒரு Raw Power-யை கவிதைக்குத் தருது.

ஜெ: இந்த உரையாடல் என்னைப் பற்றி மீள் ஆய்வு செய்வதற்குக்கூட உதவியா இருக்கு. Peasant என்பது எனக்கு இப்பத்தான் முதல் முறையாக என் பிரக்ஞையில் வருது. Peasantனுடைய தமிழ் என்பது ஒரு பெரிய பாரம்பரியமான நினைவுகளைக் கொண்டுள்ளது என்பது மட்டுமல்ல, மந்திரஜாலக் கதைகளையும், கதை சொல்றதையும் உள்ளடக்கிய தமிழ்தான். என் கவிதைகளை வாசிப்பவர்கள் கதை சொல்றதை என் கவிதைகள் செய்யறதா சொல்வதுண்டு. இப்பத்தான் நான் நெனக்கிறேன் கிராமங்களிலிருந்து நான் வாசிச்சது கதை சொல்லும் தமிழையும்தான் என்பது என் மனசுல உரைக்குது. இந்த வகையில் இந்த உரையாடல் என்னை மீள் ஆய்வு செய்வதற்கும் உதவுகிறது.

இலங்கைத் தமிழர்களின் எதார்த்தமே புலம்பெயர்வுகளாகத்தான் இருக்கிறது. இலங்கைக்கு உள்வாரியாகவும், வெளியிலேயும் இது நிகழுது. வெளியில் தமிழ்நாட்டிற்கும் மேற்கு நாடுகளுக்கிடையிலான புலம்பெயர்வுகள்தான் இலங்கைத் தமிழர்களின் எதார்த்தமாக இருக்கு. நிலத்தைப் பிரிவது என்பதும் உறவுகளைப் பிரிவது என்பதும், தன்னுடைய வாழ்க்கையின் ஒரு பகுதியை எழுதி வைத்த இயற்கையைப் பிரியறது என்பதும் ஒரு பெரிய சோகம்தான். நான் அதிகமாகப் பிரயாணம் செய்கிறவன். என் பிள்ளைகள் சொல்வார்கள், ஏர்போர்ட் எனக்கு பஸ் ஸ்டாண்ட் மாதிரின்னு. இந்தப் பிரயாணங்கள் ஒரு பகுதியில் அனுபவங்களைத் தருது. மற்ற பகுதியில் எழுதுவதற்கான வாய்ப்புகளை உருவாக்குறதைப் பின் தள்ளிக் கொண்டே போகுது. 2002-ல் என்று நினைக்கிறேன். டோரண்டோவில் என்னுடைய உறவினர் வீட்டில் இருந்தேன். அப்ப நண்பர் ஜெயமோகனையும், முத்துலிங்கத்தையும் சந்தித்தேன். இந்தத் தருணத்தில் பேச்சின் நடுவே, "நான் நாவல் எழுதற முயற்சியில்

இருக்கிறேன். அதன் பயிற்சிக்காக இப்ப ஒரு குறுநாவல் எழுதியிருக்கிறேன்" என்பதைச் சொன்னேன். இருவரும் என் 'செக்கு மாடு' குறுநாவல் பிடித்திருக்கிறது என்று சொன்னார்கள். ஜெயமோகன் கூறிய விஷயம் முக்கியமான அவதானிப்பு என்றுதான் நினைக்கிறேன். ஜெயமோகன் சொன்னார், நான் இந்திரஜித் மாதிரி ஒரு நாளைக்கு ஒரு நாட்டில் நிற்கிறேன் என்று. இப்படி பிரயாணம் செய்கிற வாழ்க்கையை வைத்துக்கொண்டு, நாவல் எழுதறது சாத்தியமில்லை. நாவல் எழுதறதென்றால் மூன்று வருடமாவது ஒரே இடத்தில் இருந்து உழைக்க வேண்டியிருக்கும் என்று சொன்னார். அது உண்மையான ஒரு வார்த்தை.

கவிதையை எங்களோடு சிந்தனைக்குள்ளேயே எழுதி முடிச்சிட்டு பேப்பர்ல எழுதி முடிச்சிடலாம். ஒரு பேப்பரும் பேனாவும் கிடைத்தால் ஏற்கனவே மனதில் இருக்கிற கவிதைப் படிமங்களை தொகுத்திடலாம். நாவல் என்பது பெரிய உழைப்பு. நான் சமாதானப் பேச்சுவார்த்தை தொடர்பான பணியில் ஈடுபட்டிருப்பதால் திரும்பவும் என்னுடைய பிரயாணங்கள் அதிகரிச்சிருக்கு. இப்ப என்னோட கனவெல்லாம் - ஓரளவு எங்களோட வீடுகள்ல எங்களோட நாட்டில் எரியற நெருப்பு விரைவில் அணைந்து போய்விடும். தண்ணி லாரி மாதிரி எரியற வீட்டிற்கும், கிணற்றுக்கும்ஆடித் திரிகின்ற இந்த அலைச்சல் வாழ்க்கையை நாங்கள் கைவிட்டுடலாம். ஓரிடத்தில் இருந்து என்னுடைய எழுதப்படாத காவியங்களையும் நாவல்களையும் எழுதுவதற்கான வாய்ப்பைத் தேடிக்கொள்ளலாம் என்பதுதான் என்னுடைய நினைவாக இருக்கு.

ஒருவரது நெருக்கடிகள் அவருக்கு இழப்புகளையும் ஏற்படுத்துகிறது. ஆளுமையையும் அதுதான் தட்டியெழுப்புது. பயணங்களின் நல்லது எது என்பது என் கவிதைகளில் இருக்குது. நான் இழந்தது - எழுதக் கூடிய காவியங்கள், நாவல்கள் போன்றவைதான். அதைச் செய்வதற்கான வாய்ப்புகள் எனக்குக் கிடைக்கும் என்ற கனவு இருக்கிறது.

இ: முதல்ல நான், ஜெயமோகன் சொன்னதைப் பற்றி குறிப்பிட விரும்புகிறேன். நீங்க ஒப்புக்கொள்ள மாட்டீர்கள் என்று நினைக்கிறேன். நான் அடிக்கடி சொல்வேன், கவிதை எழுதுவது என்பது சோம்பேறிகளுக்கும் சுலபமானது என்று.

கவிதையில் உடல் சார்ந்த உழைப்பு மிகவும் குறைவாகத் தேவைப்படும். ஆனால் நாவலில் சிந்தனையும், மனமும் மட்டுமல்லாமல் உடல் உழைப்பும் தேவை. மனசுக்குள் நெருடும் அனுபவங்களும், எடை பார்த்துத் தேர்ந்தெடுத்த வார்த்தைகளும் மனசுக்குள்ளேயே புரண்டு ஒரு கவிதை உருவெடுத்து விடும். பிறகு அதை கவிதையா காகிதத்தில் பதிவு செய்து கொள்ளலாம். இப்ப நாவல்ங்கிறதுல manual labour involved. நாவல் என்பதில் man hours வேலை செய்து, திரும்பத் திரும்பப் படி எடுத்து ரொம்ப உழைக்க வேண்டியிருக்கு. மும்பையில் நாஞ்சில் நாடன், ஞான ராஜசேகரன், நானெல்லாம் இணைந்து இயங்கியபோது இது பற்றி நெறைய பேசியிருக்கிறோம்.

பிரயாணம் செய்வது கவிதையோட களத்தை, மொழியை, எல்லையை நிச்சயமாக விரிவுபடுத்தும். கவிதை என்பது மட்டுமல்ல. பொதுவாகவே இன்றைக்கு இருக்கிற அழகியல் இருக்கே - aesthetics - அது ரொம்ப உருமாறி இருக்கு. உலகம் முழுவதும் இருக்கிற அழகியல் எல்லாவற்றையும் எடுத்துப் பார்த்தால் எல்லா மொழிகளும் ஒரு nomadic aesthetics-ஐத்தான் face பண்ணுது. நாடோடித்தனமான ஓர் அழகியலைத்தான் பேசுது - Hybrid aesthetics. ஓவியம், சிற்பம் என்று எதை எடுத்துப் பார்த்தாலும் - ஒரு குறிப்பிட்ட இந்தியக் கூறு மட்டுமே கொண்ட தற்கால இந்தியச் சிற்பம் ஒன்றைப் பார்க்க முடியாது. ஒரு ஜப்பானிய கலைக்கூறு மட்டுமே உள்ள ஜப்பானியச் சிற்பத்தைப் பார்க்க முடியாது. குறிப்பாக கலைகளுக்குள் மிகப் பெரிய கொடுக்கல் வாங்கல் நடைபெறும் யுகத்தில் நாம் வாழ்கிறோம்.

இப்ப தமிழில் பிரச்சனை என்னன்னா - நீங்க ஒவ்வொரு இடமா பிரயாணம் பண்ணும்போது உங்களுக்குளுள் அப்படிப்பட்ட அழகியல் வந்தாலும் கூட - இலங்கை வாழ் தமிழ் மக்கள் - தமிழ் எழுத்தாளர்கள் - தமிழ்க் கலைஞர்களைப் பொறுத்தமட்டிலும் அவர்களுக்குள் என்றைக்குமே பிறந்த மண் ரொம்ப ஆழமாக வேரூன்றியிருக்கு. அதனால் உங்களுடைய பிரயாணங்கள் புதிய வெளிப்பாட்டு முறைகளுக்கும், அழகியலுக்கும் இடம் கொடுத்தாலும்கூட அடிநாதமா எது இருக்குன்னு சொன்னால், தமிழ் அடையாளம்தான் இருக்கு. முத்துலிங்கத்தின் கதைகளையே எடுத்துக்கொள்வோம். அவர்

ஒரு சர்வதேச மனிதன்தான். ஆனால் அவரது எல்லா கதைகளின் கதை சொல்லியும் ஒரு தமிழ்த்தனமான புரிதல் உள்ளவன்தான். வில்வரத்தினத்தின் கவிதைகளை எடுத்தாலும் தற்காலச் சிந்தனையை மிகவும் அற்புதமான மொழியில் தமிழ் அழகியலோடு வெளிப்படுத்தறார்.

ஜெ: நெருக்கடிக்குள்ளான விஷயங்களைத்தான் நாங்க இறுகப் பற்றிக் கொண்டோம். உங்களுக்கு அந்த சிக்கல்கள் எங்களை மாதிரியில்லை. இந்தி எதிர்ப்புப் போராட்டம் நடந்த காலங்களில் வெளிவந்த உங்களோட இலக்கியங்களுக்கும் அதற்குப் பிறகு வெளிவந்த இலக்கியங்களுக்கும் இடையில் கூட வேறுபாடிருக்கு. இந்த வெளியேற்றங்களும் வருத்தங்களும் கவிதைகளைப் பாதித்திருக்கும் என்றுதான் நினைக்கிறேன்.

எங்களுடைய நிலம், மொழி எல்லாம் நெருக்கடிக்கு உள்ளாகியிருக்கு. ஆனபடியால் அதுதான் பூதாகாரமாக இறுகப் பற்றிக்கொள்கிற விஷயமா இருக்குமென்று நான் நினைக்கிறேன். நீங்க உலக இலக்கியங்களில் மிகுந்த பரிச்சயம் உள்ளவர். பல்வேறு மொழிக் கவிதைகளில் பரிச்சயம் பெற்றவர். அந்தக் கவிதைகளுக்கும் - இலங்கை, தமிழகக் கவிதைகளுக்கும் உள்ள வேறுபாட்டை, பொதுமையை எப்படி உணர்கிறீர்கள்?

இ: ஒருமுறை நான் நெதர்லாண்டு நாட்டில் லெய்டன் நகரத்துக்குச் சென்றிருந்தபோது, அங்கே நானொரு எழுத்தாளர் வீட்லதான் தங்கியிருந்தேன். கோலின் ஆடம்ஸ் ஒரு புதினம் எழுதும் முயற்சியில் இருந்தார். அவர்கூட பதினைந்து நாள் தங்கியிருத்ததுல வசதி என்னன்னா - பிற டச்சு எழுத்தாளர்களைச் சந்திக்க முடிஞ்சது. அவங்களோடு நான் பேசியபோது - அவர்களின் கவிதை வெளிப்பாடு பற்றி நேரடியா தர்க்கம் செய்ய வாய்ப்பு கிடைச்சது.

இந்தியாவும் சரி, இலங்கையும் சரி, பிரிட்டிஷ் காலனி ஆதிக்கத்தின் கீழே இருந்திருக்கு. இதனால் ஃபிரான்ஸ் ஃபனான் தனது The Wretched of the Earth புத்தகத்திலே சொன்னது மாதிரி தனது சொந்தப் பண்பாட்டை ஒரு மீள் கண்டுபிடிப்புக்கு உள்ளாக்க வேண்டிய ஒரு எமர்ஜன்சி நிலைமை ஏற்பட்டுப் போகுது. இத்தகைய சுமை தமிழ்க் கவிதைக்கு இருக்கு.

ஜெர்மானிய, பிரெஞ்சு, டச்சு, ஆங்கிலக் கவிதைகளுக்கு இல்லை. ஆனால் மேலைக் காலனியாதிக்கத்திற்குட்பட்ட பிற கீழை நாடுகளுக்கு இருக்கு. இந்த சுதந்திரத்தால் ஐரோப்பிய கவிதைகள் வேறுபல விஷயங்களைக் கையாளுது.

ஜெ: வேறு பல விஷயங்கள் என்றால்...?

இ: பியர் பாவ்லோ பசோலினி என்கிற இத்தாலியக் கவிஞரை எடுத்துக்கிட்டா பாலியல் சிக்கல்களைத் தன் கவிதையில் நிறைய கையாள்கிறார். போர்ச்சுக்கீசிய பெண் கவிஞர் சோஃபியா டி மெல்லோ ப்ரைனர் கிரேக்க புராணிகங்களைக் கையாள்றாங்க. இரண்டாம் உலகப் போருக்குப் பிறகான மிக முக்கிய பிரெஞ்சு கவி யுவே பொனேபாய் கருத்துப்படி கவிதை என்பது ஒரு ஆன்மீக அனுபவம். ஹாலந்திலே இயற்கையின் பின்னணியிலே மனிதனின் தனிமையைக் கவிதையாய்ச் செய்ய ருட்ஜர் கோப்லாண்ட் இருக்கார். ஹென்ரிக் நார்ட் பிரான்டிட் என்கிற டென்மார்க் கவி உறைந்து போன ஸ்காண்டிநேவிய இயற்கையைப் பாடுறார். இப்படி இயற்கையைப் பாடுறதுல ஸ்பெஷலைஸ் பண்றவங்க எல்லாம் இருக்காங்க. மேலும் கவிதையை இன்றைய தொழில்நுட்ப அறிவியல் பார்வைப் பண்பாட்டுக்கு ஏற்றவாறு மாற்றும் பரிசோதனைகளில் ஈடுபடுறாங்க.

தமிழ்நாட்டைப் பாருங்க, சென்னை மாநகராட்சியில் ‘தமிழ் வாழ்க’ என்று நியான் விளக்கு எழுத்துக்கள் இருக்கும். இப்படி வேறு எந்த நாட்டிலும் எந்த மாநிலத்திலும் அந்த மொழி வாழ்கவென்று சொல்லி நியான் எழுத்துக்களை நான் பார்க்கவில்லை. ஏன் நம்ம ஊர்ல மட்டும் இப்படி போட்டிருக்காங்கன்னு யோசிக்கும்போது - தமிழ்நாட்டிற்குள் தமிழர்களாலேயே தமிழ்மொழிக்கு ஆபத்து வரும் நிலைமை இருக்கு. அதனால் ‘தமிழ் வாழ்க’ போட வேண்டிய கட்டாயம். ஒரு நெருக்கடி நிலை வந்திடுதில்லையா? ஆனா அதைப்போல அவங்களுக்கு இல்லை.

லண்டனில் கருப்பினப் பெண் கவிஞர் ஒருத்தரைச் சந்தித்தேன். கவிதைகளைக் காண்பித்தார். அங்கே ரொம்ப நகைச்சுவை உணர்வோடு சீரியஸான விஷயங்களைப் பாடுகிற கவிஞர்களைத்தான் பார்க்க முடிந்தது.

ஜெ: இங்க ஞானக்கூத்தன் மாதிரியா...

இ: அவருகிட்ட நையாண்டி இருக்கு. பகடி பண்றது, எள்ளல் என்பதுதான் சரியான வார்த்தை. அதை recent British poetry ல பார்க்கிறேன். ஆனா, நாம் நகைச்சுவை உணர்வைக் கவிதையில் கையாள்றதே இல்லை. அப்படியொரு கவனிப்பு எனக்கு இருக்கு. இங்கே கவிஞன் என்பவன் ரொம்ப சீரியசான ஆளு...

ஜெ: கலித்தொகையில் அந்த அணுகுமுறை இருக்குதானே?

இ: ஆமாம். நம்ம தமிழ்க் கவிதை மரபுல ஏராளமா நகைச்சுவை இருக்கு. 'முல்லையும் பூத்தியோ ஒல்லையூர் நாட்டே' கூட சமத்காரமா நகைச்சுவை உணர்வோட சொல்ற விஷயம்தானே. 'என்னய்யா எல்லாரும் சிரிக்கிறாங்க. நீயும் சிரிக்கிறியா? முல்லைப்பூவே' ங்கிறதுல ஒரு கிண்டல். ஆனால் உள்ளுக்குள்ளே பெரிய சோகத்தைப் பேசுகிற கையறுநிலை கவிதைதான் அது.

ஜெ: காளமேகம்போல...

இ: காளமேகம் இடைக்காலப் புலவர். சங்கப் புலவர்கள் காலத்திலிருந்து நகைச்சுவை கவிதைக்குப் புறத்தேயான விஷயமில்லை. என்னோட கேள்வி என்னன்னா... தமிழ் நவீன கவிதைகளில் நகைச்சுவைக்காகச் செய்யப்படுகிற கவிதைகள் எவ்வளவு? கவிதையில் நகைச்சுவை என்றவுடன் ஞாபகம் வருவது புதுமைப்பித்தன். ஆத்மாநாம்ல கொஞ்சம் உண்டு. ஞானக்கூத்தன் கிட்ட கொஞ்சம் இருக்கும். நீலமணி, வெ. சேஷாசலம் போன்றவர்களிடமும் உண்டு. ஆனால் பெரும்பாலானவர்கள் சீரியஸான கவிஞர்கள். இந்தப் போக்கை நான் பார்க்கிறேன்.

இன்னொரு பெரிய சோகம் என்னவென்றால் - ஆப்ரிக்க, லத்தீன் அமெரிக்கக் கவிதைகளில் எல்லாம் சமூகப் பிரச்சனையை எடுத்துப் பேசுவது, கவிதையினுடைய இலக்கியத் தகுதிக்கு எந்த விதத்திலும் ஊறு செய்வதில்லை என்று நம்பறாங்க. ஒரு கவிதை சமூக செய்தியைப் பேச நேர்ந்தால் அதனுடைய கலை அந்தஸ்துக்கு எந்தவொரு ஆபத்தையும் விளைவிக்கலைன்னு

நம்பறாங்க. தற்காலத் தமிழ் இலக்கிய உலகத்தில் சமூகப் பிரச்னையைச் சொன்னா அது தவறான விஷயமாயிடுது. டீ.பி. ஆடன்ஸ் சொன்னது மாதிரி Public poetry, Private poetry ன்னு ரெண்டு இருக்கு. அகம், புறம் என்கிற மரபில் வந்தவர்கள் நாம். பிறகு ஏன் அகத்தில் மட்டும் நிற்கிறார்கள்? புறத்திற்கும் போகலாமே? புறத்திற்குப் போனால் இலக்கியத் தகுதியை இழந்திடுவேன்னு சொல்றாங்களே! இது வேடிக்கையா இல்லையா?

ஜெ: யானை நடனமாடினால் தரையிலதான் ஆட முடியும். குளத்துலதான் முதலை நடனமாடும். முதலை குளத்தில் ஆடுவது நடனமில்லை. யானை ஆடுவதுதான் நடனம். - இந்த மாதிரியான school of thoughts ஐ நான் எப்போதும் பொருட்படுத்துவதில்லை. இது சிறு குழுக்களாகப் பிரிந்து சண்டை போடுறதுக்கும், மற்றவர்களைத் தாக்குவதன் மூலம் தங்களை promote செய்துக் கொள்வதற்குமான இடத்திற்குத்தான் கொண்டு வந்து விட்டிருக்கு. பலர் நல்ல ஆழமான தெளிந்த நீருள்ள கேணியைத் தோண்டியிருக்கிறார்கள். பிரச்னை என்னவென்றால் - தாங்கள் தோண்டிய கேணியிலதான் ஏழு சமுத்திரங்களும் இருக்கிறது, மற்றதெல்லாம் சாக்கடை என்று பேசுகிறார்கள். இது மாதிரியான விவாதங்கள் எதையும் நான் பொருட்படுத்தறதில்லை.

ஏனென்றால் கவிதை எப்படி எழுத வேணும் என்பதை யாரும் சொல்ல முடியாது. மனிதன் தோன்றிய நாளிலிருந்து அவன் இறக்கும் வரைக்கும் கவிதை இருக்கப் போகிறது. நதியில் ஓடுகிற பெரும் வெள்ளத்தில் நாங்கள் ஒரு குறிப்பிட்ட பகுதியில் ஓடுகிற சிறு வெள்ளம்தான். எங்களோட குண்டு சட்டிதான் பிரபஞ்சம் என்ற விவாதத்தை நாங்கள் வைக்கலை. கலைஞர்களிடம், கவிதைகளிடம் அதிகாரம் செலுத்துகிற போக்கு - கலைஞர்களின் limitation லிருந்து வருமே ஒழிய, அவர்களுடைய ஆளுமையிலிருந்து வரல்ல.

இ: நீங்க புலம் பெயர்ந்து பல நாடுகளுக்கும் சென்றவர். நிறைய பிரயாணம் செய்யக் கூடியவர். நான் கூட Nomadic aesthetics பற்றிச் சொன்னேன். உங்களைப்போல பல

நாடுகளில் சென்று வாழும் நிர்பந்தம் உள்ளவர்களின் கவிதை ஒரு நாடோடி அழகியலை உள்ளே கட்டுது. எல்லாமே கிரகமயப்பட்டுக் கொண்டிருக்கிற காலகட்டத்தில் கவிதையில் சர்வதேச கவிதைன்னு வருவதற்கு வாய்ப்பிருக்கா?

ஜெ: என்னுடைய கருத்தைத்தான் சொல்றேன். பல விஷயங்கள் ஒரு சுழலில்தான் மாறிக்கொண்டிருக்கு. இன்றைக்கு நீங்கள் எழுப்புகிற கேள்விகளை - ஆயிரமாயிரம் ஆண்டுகளுக்கு முன்பே வேறு மொழிகளின் கால, இட பின்னணியில் எழுப்பப்பட்டுதான் இருக்கு.

இ: எந்த மொழியில் எந்த நாட்டுல...

ஜெ: எங்களுக்குக் கிடைக்கிற பல கவிதைகளை வைத்துப் பார்க்கையில்... 'யாதும் ஊரே யாவரும் கேளீர்' என்பதிலிருந்து தன்னுடைய அடையாளத்தை வலியுறுத்துகிற கவிதைகள் வரைக்கும் - வெவ்வேறு வகைப்பட்ட கவிதைகள் ஆயிரம் ஆண்டுகளுக்கு முன்னரும் எழுதப்பட்டிருக்கு. தன்னுடைய ஊரை, இனத்தை, குலக் குழுவை முதன்மைப்படுத்துகிற கவிதைகள் நிறைய எழுதப்பட்டுதான் இருக்கு. கிடைக்கிற கவிதைகளை வைத்துப் பார்க்கிற பொழுது அன்றைக்கும் இது பற்றிய சிந்தனை, விவாதங்கள் இடம் பெற்றிருக்க வேணும் என்றுதான் நான் கருதுறேன். கருவிகள் மாறியிருக்கு. இயற்கைக்கும், மனிதன் ஸ்தாபிப்பதற்கும் இடையிலான சமன்பாடுகளும், உறவுகளும் மாற்றம் பெற்றிருக்கு. இது தொடர்பான வாழ்வியல், மொழிச் சிந்தனைகளில் மாற்றங்கள் ஏற்பட்டிருக்கு. இருந்தாலும் அன்றைக்கும் இன்றைக்கும் அஸ்திவாரத்தில் பெரும் மாற்றம் ஏற்பட்டிருக்கும் என்று எனக்குத் தோன்றவில்லை. சில சமயங்களில் நான் ஆச்சரியப்படுகிற விஷயம் என்ன வென்றால் மணிமேகலையை நீங்கள் பார்த்திருப்பீர்கள். இன்றைய மிஷனரி சிந்தனைகள் - மணிமேகலை பிச்சை பாத்திரத்துடன் போய் பொருட்களைத் தேடி, நவீன கிருத்துவ மிஷனரிகளின் தொண்டு நிறுவனங்கள்போல, சிறைச்சாலைகளில் செய்கிற சேவைகள்; மணிமேகலையின் பெண் தொடர்பான குரல், இப்படி மிஞ்சிக் கிடக்கிற அழிந்து போன படைப்புகளை விட்டு விட்டுப் பார்த்தால், வெவ்வேறு தளங்களில், பின்னணிகளில் இந்த விஷயங்கள் எழுந்துகொண்டு இருக்கின்றதாகத்தான்

நான் நினைக்கிறேன். முடிந்த முடிவாகச் சொல்லவில்லை. ஆய்விற்கான கருத்தாகத்தான் சொல்கிறேன்.

இ: எந்த சிந்தனைப்போக்கும் அதனுடைய தொடக்க நாள்களிலிருந்து ஒரு role over ஆகிக்கிட்டேதான் வருது.

ஜெ: ஒரு வட்டப்பாதையிலதான் வருது.

இ: உதாரணத்திற்கு மணிமேகலைக்குப் பின்னாலிருந்த சமண மதம். அதனுடைய சிந்தனை. அதுவொரு எதிர்மரபை ஸ்தாபிப்பதற்காக வந்த மதம், எதிர்மரபுச் சின்னங்களோடு கூடிய ஒரு சமயத்தை முன்னெடுக்கும் ஒரு பெண் பாத்திர படைப்புதான் மணிமேகலை. சொல்லப்போனால் தமிழ்ப் பண்பாட்டுச் சூழலில் இளங்கோவடிகளின் கண்ணகியைக் காட்டிலும், சாத்தனாரின் மணிமேகலை கதாபாத்திரத்தையே தமிழ்ச் சூழலில் முன்னெடுக்க வேண்டியதா இருக்குதுன்னு நான் நினைக்கிறேன். ஒரு கணிகையின் மகளாகப் பிறந்த இளம்பெண் பசிப்பிணியைப் போக்குவது பற்றிய சமூகச் செயல்பாட்டில் ஈடுபடுகிறாள். மற்றும் உணவு, உடை, உறையுள் குறித்த சமூக சேவையில் ஈடுபடுவது எனும் நவீனமான கருத்தை அந்தக் காலத்திலேயே முன்னெடுத்து இருக்கிறார்கள். மணிமேகலை இன்று உயிரோடு இருந்தால் அவளுக்கு அமைதிக்கான நோபல் பரிசே கொடுக்கலாம்.

ஜெ: பிறகுதான் அறிமுகமானது என்பது போன்ற பல சிந்தனைகள் அன்றைக்கே வழக்கில் வந்துவிட்டிருப்பது ஆச்சரியம் அளிக்கிறது.

இ: கவிதை பற்றி இப்ப பேசியிருக்கோம். கவிஞனுடைய உள் கட்டுமானத்தை நிர்மாணிப்பது - நம்மை அறியாமலேயே, நமது உத்தரவைக் கேட்காமலேயே, ஒரு தமிழ்த்தனமான புரிதல் - தமிழ் sensibility என்று சொல்லலாம் - கட்டி எழுப்பப்பட்டிருக்கிறது. பண்பாட்டு ரீதியான அடையாளத்தோடு கூடிய சிந்தனை ஒன்று இருக்கு. இதைத் தமிழ்ச் சிந்தனை என்றும் சொல்லலாம். இந்த இடத்தில் தமிழ்ப் பண்பாடு, தமிழ் அடையாளம் - நான்கூட தமிழ் அழகியல் என்கிற கருத்துருவாக்கத்தை முன்வைத்து ‘தமிழ் அழகியல்’ எனும் நூல்

எழுதி இருக்கிறேன். "இந்தத் தமிழ்ப் பண்பாடு என்பது எது?" என்று நான் பலரிடம் கேட்கிற சந்தர்ப்பங்களில் 'கற்பு' என்று ஒருத்தர் பதில் சொன்னார். அப்படின்னா தமிழ்ப் பெண் மட்டும்தான் கற்போடு இருக்கிறாளா? சீனத்துப் பெண் கற்பு தவறியவளா? ஜெர்மன் பெண்ணிற்கு கற்பு தேவையில்லையா? திருமணம் என்கிற நிறுவனம் எங்கெல்லாம் இருக்கிறதோ, அங்கெல்லாம் கற்பு இருக்கத்தான் செய்யும். காதலும் வீரமும் தமிழனின் இரண்டு கண்கள் என்று சொல்றாங்க. இந்த இரண்டும் உலகில் எல்லோருக்கும் பொதுதானே. இவையெல்லாம் வேடிக்கையான பதில்கள். உண்மையில் தமிழ்ப் பண்பாடு எது என்று இவற்றைக் கடந்து நாம் சிந்திக்கணும்.

ஜெ: சங்க காலத்திலேயே, கற்பு என்பதற்கு வரைவிலக்கணம் என்னவென்றால், 'கற்பெனப்படுவது சொற் திறம்பாமை'. கனவிஷயங்களில் நான் நினைக்கிறேன் கிறிஸ்டியன் மதம் கொடுத்த வரைவிலக்கணப்படி நாம் சில திரிபுகளை எடுத்திருக்கிறோம். 'சொற்திறம்பாமை கற்பென்றால் நான் கண்ட மேல்நாட்டின் பல பெண்களும், ஆண்களும் எங்களைவிட சொற்திறம்பாமை நிரம்பியவர்களாகத்தான் இருக்கிறார்கள்.

இ: உண்மைதான். சொத்துடைமைச் சமூகத்தில் வாரிசுரிமைக்காக திருமணம் என்கிற அமைப்பும், அதன் byproduct ஆன கற்பு என்பதும் அமைக்கப்படுகிறது. இது தமிழர்களுக்கு மட்டும் அல்ல. உலகிலுள்ள எல்லா சமூகத்திற்கும் பொதுதான். அதே நேரத்தில் தமிழ்க் கவிதை பற்றிப் பேசும்போது, தமிழ்ப் பண்பாடு என்பது எது என்கிற வரையறை பற்றியும் நாம் யோசிக்க வேண்டியதா இருக்கு.

ஜெ: கடந்த ஐம்பது வருஷங்களில் தமிழ்நாட்டிலேயே தமிழ்ப் பண்பாடு குறித்த வரைவிலக்கணங்கள் மாறித்தான் வந்திருக்கு என்று நினைக்கிறேன். மேலோர்களுடைய பண்பாடுதான் தமிழ்ப் பண்பாடு என்றும், மேலோர்கள் எழுதுவதுதான் நல்ல தமிழ் என்றும் கருதப்பட்டது. அன்றைக்கு இருந்ததைவிட இன்றைய தமிழ்ப் பண்பாடு அதிகமான மக்களைக் கொண்ட தமிழ்ப் பண்பாடு. அது அதிகம் தமிழர்கள் அடியொற்றிய பண்பாடாக இருக்கு. தமிழ்ப் பண்பாடு என்பது மேலோர்களுடைய வாழ்வு முறையை அடியொற்றியது என்று நான் சொல்ல

மாட்டேன். அடிநிலையிலுள்ள தமிழர்களின் வாழ்நிலைகளையும் அடியொற்றியதுதான் தமிழ்ப் பண்பாடு. தமிழ்ப் பண்பாடு பற்றிய பல விவாதங்களில் சிலரது வாழ்க்கையைச் சுட்டிக் காட்டி, "அதைப்போல நீயும் வாழ்" என்று சொல்கிற ஒரு சர்வாதிகாரப் போக்குள்ளதாகத்தான் அது இருந்தது. சில மேலோர்களின் வீடுகளில் பெண்கள் ஒடுக்கப்பட்டிருக்கிற நிலையைச் சுட்டிக்காட்டி, அதுதான் தமிழர்களின் ஒழுங்கியல் என்று பேசுவதும் சுதந்திரமாக வாழ்ந்த அடிமட்டத்துக் கூலி உழைப்பாளப் பெண்களையும் அதுபோல நிலைக்குத் தள்ளுவதையும் எனக்குப் பிடிக்கவில்லை. தமிழ்ப் பண்பாடு பற்றிய அவர்களது வரைவிலக்கணங்களின்படி - பெரும்பாலான விவாதங்களில் தலித்துகள், பிற்படுத்தப்பட்டோர் ஆகியோர் புறந்தள்ளப்பட்டு விட்டு இருக்கிறார்கள். ஆனால் அவர்கள்தான் தெருக்கூத்திலிருந்து ஈழத்து வடமோடி வரைக்குமான தமிழர்களின் கலை முதன்மையை இன்றுவரை காப்பாற்றிக் கொண்டிருக்கிறார்கள். தலித்துகள் இன்றும் புறக்கணிக்கப்படுகிற சூழல் இருக்கு. எல்லோரும் பிராமணர்களாக, வெள்ளாளர்களாக மாறவேண்டும் என்கிற ஒரு நடிப்பும், தமிழ்ப் பண்பாடு பற்றிய விவாதங்களில் இருக்கு. தமிழர்களின் பண்பாடு என்பது தமிழர்களுக்குள்ளே எத்தனை வகைப் பிரிவுகள் இருக்கோ, எத்தனை வர்க்கப் பிரிவுகள் இருக்கோ அத்தனை தளங்கள் கொண்ட ஒரு விஷயம்தான் தமிழ்ப் பண்பாடு. எந்தவொரு தளத்தையும் விதந்துரைப்பது என்பது ஒரு குறுகிய அரசியல் கொண்டது. நசுக்கப்பட்ட தளங்களில் இருக்கும் மக்களின் சிறப்பியல்புகளை, அழகியல்களை, கூத்து வடிவங்களை எல்லாம் அழித்தொழித்ததாகவே பண்டைய தமிழ்ப் பண்பாட்டு வரைவிலக்கணங்கள் இருந்தன.

இதில் இன்னொரு விஷயம் நான் சொல்ல விரும்புகிறேன். இதை நான் ஒரு கருத்தாகத்தான் வைக்கிறேன். இந்த விவாதங்களிலிருந்து நான் கற்றுக்கொண்டே இருக்கிறேன். நான் பெரியாரை விமர்சனரீதியாக மதிக்கிறவன். அவர் சமயம் சார்ந்த எதிர்ப்புப் பிரச்சாரத்தை வைக்கிறபோது - சாதாரண மக்களுடைய வழிபாடுகள், பண்பாடுகள் ஆகியவற்றை எதிர்த்ததால் ஒரு space ஏற்பட்டது. ஆகமமும், அடிப்படை வாதமும் கூடிய நிறுவனங்கள், சாதாரண மக்களிடம் தங்களை நிறுவிக்கொள்வதற்கான ஒரு space-யை அது ஏற்படுத்திடுச்சு.

இது தொடர்பான விவாதங்கள் வரும்போது என் மனதுல உறைத்த விஷயம் அதுதான். பெரியாருடைய கருத்துக்களைத் தொடர்ந்து முன்னெடுத்துச் செல்லுகிற பொழுது இந்த அனுபவங்களிலிருந்து வளர்த்துச் செல்ல வேண்டும் என்பதையும் நான் இங்கு குறிப்பிடுகிறேன்.

இ: நீங்க சொல்ற விஷயங்கள் 1994-ல் எனது தமிழ் அழகியல் புத்தகத்தில் நான் முன்வைத்த கருத்துக்களோடு ரொம்ப ஒத்துப் போகுது. தமிழகத்தில் தமிழ்ப் பண்பாடு பற்றிப் பேசுகிற பலர், அவர்கள் கவிஞர்களாக இருக்கும் பட்சத்தில் ஒரு பெரிய சோகம் ஒன்று நிகழ்வது வழக்கம். தமிழ்ப் பண்பாடு என்பது ஒரு ஒற்றைப் பரிமாணம் கொண்ட ஒன்று என்று அவர்கள் கருதுவது வழக்கம். நீங்க மிக அழகா சொன்னீங்க, தமிழ்ப் பண்பாடு என்பது பல்வேறு அடுக்குகள் கொண்டதா இருக்கணும். தமிழ்ப் பண்பாடு என்பது தற்கால நிலைமைகளுக்கு ஏற்ப தன்னை மறு பரிசீலனை செய்துகொண்டே போகிறது. அதுதான் ரொம்ப முக்கியமான விஷயம். வரலாற்றின் பழங்காலத்திற்குத் திரும்பிப் போதல் என்று பேசுவது ஆபத்தான வாதம். "உலகம் என்பது உயர்ந்தோர் மேற்றே" என்று பேசிய தொல்காப்பியரின் காலம் மலையேறிடுச்சு. உலகம் என்பது தாழ்ந்தோர் மேற்றுகூடத்தான். நான் முன்வைத்திருக்கிற தமிழ் அழகியல் என்கிற கருத்துருவாக்கத்தில் இதைத்தான் சொல்றேன். நான் மிகவும் கவனமா இருந்திருக்கிறேன். தமிழ் என்று பொத்தாம் பொதுவாகச் சொல்வது பெரும் வழுக்கு நிலம். தமிழ்ப் பண்பாட்டுக் கூறுகள் மேல் தட்டு மக்களிடம் மட்டுமில்லை, கீழ்த்தட்டு மக்களிடமும் இருக்கு. சொல்லப் போனால் சங்க காலத்தில் காணப்பட்ட பல்வேறு தமிழ்ப் பண்பாட்டுக் கூறுகள் நாம் இன்று பட்டிக்காடுகள் என்றும், தற்குறிகள் என்றும் உதாசீனப்படுத்தும் கீழ்த்தட்டு மக்களிடம்தான் பாதுகாக்கப்பட்டுக் கொண்டிருக்கிறது. உதாரணத்திற்கு மலர்ப் பண்பாடு என்பதை எடுத்துக்கொள்வோம். ஒருவன் வெட்சி மாலை அணிந்தால் இந்த அர்த்தம், வாகை மாலை அணிந்தால் இன்னொரு அர்த்தம் என்பதெல்லாம் சங்ககாலத்தோடு போயிற்று. ஆனால் கூந்தலில் மலர் சூடும் பழக்கத்தையும், மலர் மாலைகளைத் தொடுத்து விற்கும் தொழிலையும் மேற்கொண்டவர்கள் இன்று கீழ்த்தட்டு மக்களாகத்தான் இருக்கிறார்கள். இவர்கள்தான் மணலுக்குக் கீழே சலசலத்து

ஓடும் நீரோட்டம்போல தமிழ்ப் பண்பாட்டுக் கூறுகளைக் காப்பாற்றி வருகிறார்கள். மேல் தட்டுத் தமிழர்கள் மேலை மயப்படுத்தலுக்கும், சமஸ்கிருதமயப்படுத்தலுக்குமான ஆபத்தை எதிர்கொள்கிறார்கள். எனவே தமிழ்ப் பண்பாடு என்பது பன்முகப் பரிமாணம் கொண்டது என்பதைப் புரிந்து கொள்வது மிகவும் முக்கியம்.

ஜெ: வடநாடு மாதிரி தென்னாட்டில் ஒரு மதவாதம் தலையெடுக்காமல் இருப்பதற்குக் கிராமியம் சார்ந்த பண்பாடும், சிறுதெய்வ வழிபாடும் ஏற்படுத்தியிருக்கும் ஒரு space-தான் காரணம். ஏனென்றால் மேல் ஆகம கோயில் பண்பாடு - தலையை வெட்டலாம்; ஆனா கெடாவை வெட்டக் கூடாது என்பதைச் சொல்லுது. தமிழ்ப் பண்பாடு என்பது கிடா வளர்க்கிறவரை வளர்த்துட்டு, கோயில்களில் கிடாவைதான் பலி கொடுக்கின்றார்கள். அதுபற்றி அதிகமா அலட்டிக்கொள்ளவில்லை. ஆனால் தலையை வெட்டுறது தொடர்பான விஷயங்களை எதிர்க்கிற ஒரு spaceயை இந்த கிராமியப் பண்பாடு உள்ளடக்கியிருக்கிறது. அடிப்படைவாதப் பண்புகளுக்கு எதிரான ஒரு space யை அது வைத்திருக்கு. இன்றைக்கு நாங்கள் பெருமைப்படுவது என்பது தமிழ்நாட்டில் இந்த தென்னிந்தியாவில், மதமோதல்கள் இல்லை என்பதைத்தான் சொல்வேன். இதற்கு அடிப்படை கிராமியம் சார்ந்த பண்பாடுதான்.

நீங்கள் எதிர்க் கவிதைகளை, எதிர்ப்புக் குரல்களை மொழிபெயர்த்திருக்கிறீர்கள். உங்கள் கவிதைகளிலும் எதிர்ப்புக் குரல்கள், சமூக விமர்சனங்கள் வருது. எதிர்க் கவிதைகள் எழுதி வருகிறீர்கள். எனக்கு மதிப்புத் தருகிற விடயம் என்னவென்றால் இலங்கையில் தமிழ் மக்கள் ஒடுக்கப்பட்டபோது குரல் கொடுத்தவர்களில் நீங்களும் ஒருவர். மேலும் மதிப்பு தருகிற விஷயம் தமிழர்கள் சிங்களப் பேரின வாதத்தால் ஒடுக்கப்பட்டபோது குரல் கொடுத்தவர்களில் பலர் இந்திய ராணுவம் அத்துமீறல்களில் ஈடுபட்டபோது மௌனமாக இருந்ததின் மூலமாக அதனை ஆதரித்தார்கள். அது எங்களுக்கு அதிர்ச்சி தந்தது. இலங்கைத் தமிழ் அமைப்புகளும் தவறுகளை இழைத்து இருக்கிறது. அதில் எந்த சந்தேகமும் இல்லை. அது சம்பந்தமாக நாங்கள் உரத்துக் குரல் கொடுத்திருக்கிறோம்.

இலங்கைத் தமிழர்கள் தமிழ்நாட்டில் இழைத்த அநீதிகள், இந்திய ராணுவம் இலங்கைக்கு வந்து செய்த தவறுகள் அதற்கு பதிலாக வராது. நூற்றுக்கணக்கான பெண்களும் பாலியல் பலாத்காரத்துக்கு ஆட்பட்டிருக்கிறார்கள். பல இளைஞர்கள் கொலை செய்யப்பட்டிருக்கிறார்கள். எதை யார் செய்தது என்றாலும், பாரிய குற்றங்களைத் தொகை ரீதியாக ஒப்பிடலாமென்று நான் சொல்லவில்லை. தொகை ரீதியாகக் குறைவாக இருந்தாலுங்கூட அதுவும் தவறுதான். இதற்கு எங்களுடைய எழுத்தாளர்களில் கொஞ்சம் பேராவது உரத்து குரல் கொடுத்திருக்கிறோம். எங்கள் தரப்பிலும் சிலர் மௌனமாக இருந்திருக்கிறார்கள். இல்லையென்று நான் சொல்லவில்லை. ஆனால் இந்த இரண்டு நிலையிலும் நீங்கள் எதிர்ப்புகளை ஒரு கவிஞர் என்ற முறையில் வெளிப்படுத்தி இருக்கிறீர்கள். உங்களுடைய கவிதைகளை எப்படி அடையாளப்படுத்த விரும்புகிறீர்கள்? உங்கள் கவிதைகள் குறித்த விமர்சனங்களை எப்படி எடுத்துக்கொள்கிறீர்கள்? எதை நியாயமானதாகக் கருதுகிறீர்கள்? இதுபற்றிய உங்கள் கருத்துக்களைச் சொல்லுங்கள்.

இ: என்னுடைய கவிதைகள் ஒரு நகரத்துக் குரல்தான். கிராமத்துக் குரல் அல்ல. புதுக் கவிதை என்று உருவாக்கப்பட்ட ஒன்று காலப்போக்கில் தேய்மானம் அடைந்து இன்று உருவம் மெலிந்து நிற்கிறது. இந்த புதுக்கவிதை என்பதற்கு அப்பால் - Beyond என்று சொல்கிறோமே - அதேபோல் இப்புதுக் கவிதை என்பதைக் கடந்து, அடுத்தக்கட்டக் கவிதை எதுவாக இருக்கும் என்பதை நான் சிந்திப்பதன் எதிரொலியாகத்தான் எனது இன்றைய கவிதைகள் இருக்கின்றன. இதை 2002இல் வெளிவந்த எனது தொகுப்பான 'மின்துகள் பரப்பு' எனும் கவிதைத் தொகுதியில் காணலாம். எனவேதான் அக்கவிதைகளை ஒரு பார்வை ரீதியான பண்பாட்டைப் பேசும் கவிதைகள் என்று குறிப்பிட்டு இருக்கிறேன். 'அதிரடிப் பார்வை பண்பாடு' என்கிற ஒன்றைப் பற்றிய குறிப்புகளை அத்தொகுதியிலே நீங்கள் பார்க்கலாம். இந்தப் புரிதல் எனக்கு நவீன ஓவியம், சிற்பம் ஆகியவற்றோடும், நவீன ஓவியர்களோடும் நான் இயங்கியதின் விளைவாக வந்தது. நவீன ஓவியத்தில் எந்த மாதிரியான பரிசோதனைகள் மேற்கொள்ளப்பட்டனவோ அதுமாதிரியான பரிசோதனைகளை எனது கவிதைகளில்

நான் பரிசோதனை செய்து பார்த்தேன். அதன் விளைவுதான் எனது 'மின்துகள் பரப்பு'.

உதாரணமாக, பேச்சு என்பதின் மையகேந்திரம் வாய். இந்த உறுப்பிலிருந்துதான் பேச்சு புறப்படுகிறது. இது முகத்தில் அமைந்திருப்பது மிகவும் விசேஷமான ஒன்று. காரணம், முகம்தான் உடம்பில் அதிகமாக உணர்ச்சிகளைக் காட்டக்கூடிய பகுதி. போதாக்குறைக்கு அங்குதான் கண்கள் உள்ளன. பார்வை மொழி, நயன பாஷை என்று சொல்வதெல்லாம் கண்ணுக்கு இருக்கும் உணர்ச்சி வெளிப்பாட்டை நிலை நிறுத்துவது. பேசும்போது வார்த்தை புறப்படும்போது கண் அதற்குப் பல புதிய பரிமாணங்களைக் கொடுக்கிறது. இதை ஒரு எழுத்து மொழியாக நாம் பதிவு செய்யும்போது இந்த பிற உறுப்புகளின் உதவிகள் கிடைக்காமல் போய் விடுகிறது. இதை ஈடுகட்ட வேண்டுமென்றால், ஒரு காட்சியையும் வார்த்தைகளுடன் வைத்து ஒரு கவிதை வெளிப்பாட்டு முறையை உருவாக்க வேண்டியிருக்கிறது. இதை நமது மரபுரீதியான சித்திரகவி போன்றவையும் பின்னிருந்து இயக்குகின்றன. அதே நேரத்தில் பின் நவீனத்துவ சிந்தனைகளும் இத்தகைய போக்குக்குக் காரணமாக இருந்திருக்கின்றன.

ஆனால் எனது அனுபவம் நகரம் சார்ந்தது. என் கவிதை நகரம் சார்ந்தது. என் மொழி, பிரதேச அடையாளங்கள் குறைந்த ஒரு மொழி என்றுகூடச் சொல்வேன்.

ஆனால் நீங்கள் குறிப்பிட்ட எனது கவிதைகளில் காணப்படும் சமூக அக்கறை என்பதும், ஈழத்தின் தமிழர்கள் குறித்த அக்கறை என்பதும் கவிஞன் என்பவன் வானத்திலிருந்து குதித்தவன் அல்ல என்று நம்புவதால் வந்தது. 40 ஆண்டுகளுக்கு முன்னால் எனது அறைக்குள் வந்த ஆப்பிரிக்க வானத்தின் முன்னுரையிலேயே "தமிழர்கள் தங்களை மனித குலத்தில் தனி இனமாக இணைத்துக்கொள்கிறபோது கூட ஈழத்தின் தமிழர்களைத் தமிழர்களாக ஏற்றுக்கொள்வதில்லை" என்று குறிப்பிட்டிருப்பேன். இந்த புத்தகம் வெளிவந்தபோது ஈழத்தில் தேசிய எழுச்சி இன்றைக்கு இருப்பதுபோல இல்லை. அந்த காலத்திலேயே தமிழ் மொழி பேசும் சகோதரர்கள் குறித்த அக்கறையின் காரணமாக எழுதப்பட்டதுதான்

இந்த வார்த்தை. இதில் அரசியல் ஏதும் கிடையாது. நான் சமூகம் குறித்த கருத்துக்களை 'சாம்பல் வார்த்தைகள்' என்ற நீண்ட கவிதையாக எழுதியபோது அதற்கு எதிரான பல விமர்சனங்கள் முன்வைக்கப்பட்டன. அதில் சுவாரசியமான விஷயம் என்னவென்றால், எனது சாம்பல் வார்த்தைகளில் இருந்த படிம அழகுகளை ரசித்தவர்கள் கூட அது சொல்லும் செய்திகளில் முற்போக்குக் கருத்துக்களாக இருந்ததால் விமர்சனம் செய்ததுதான் வேடிக்கை. அதைச் செய்தவர்கள் அரசியல் கூடாது என்கிற அரசியலைக் கொண்டவர்கள்.

ஜெ: என்னுடைய கவிதைகளில் கிராமத்துக் கதை சொல்லும் மரபு ஊறியிருப்பது பற்றிச் சொன்னேன். பிறகு என்னுடைய கவிதைகளில் ஓவியங்கள், இயற்கை தொடர்பான வருணணைகளில் பாதிப்பை ஏற்படுத்தியிருக்கின்றன. குறிப்பாக வின்செனட் வான் கோ ஓவியங்கள் ஏதோவொரு வகையில் பாதிப்பை ஏற்படுத்தியிருக்கின்றதாகக் கருதுறேன். வான்காவின் ஓவியங்களைப் பார்க்கின்ற பொழுது, அவர் பெயிண்டை பயன்படுத்திய மாதிரி வின்செனட் வான் கோவின் வார்த்தைகளைப் பயன்படுத்த வேண்டும் என்ற விருப்பம் எனக்கிருந்தது. அதுபோல என்னோட கவிதைகளில் ஒரு வீச்சோட, கொஞ்சம் violence ஏதோவொரு வகையில் வார்த்தைகளில் வந்திருக்கக் கூடும் என்றுதான் நினைக்கிறேன். நீங்கள் பெயிண்டிங் தொடர்பாக நிறைய ஈடுபட்டவர் என்ற முறையில் மொழி சார்ந்த கலை வடிவங்களுக்கு அப்பாலுள்ள ஓவியங்களான பெயிண்டிங், சிற்பங்கள், நடனம் இப்படி பல்வேறு கலைகள் - உங்கள் கவிதைகளில் எத்தகைய பாதிப்புகளை ஏற்படுத்தியிருக்கின்றன.

இ: என்னுடைய கவிதைகளைப் பொறுத்தமட்டில் எல்லா கவிதையிலும் - ஓவியம் - கவிதை, சிற்பம் - கவிதை என்று இவை சார்ந்த விஷயங்கள் எந்த இடத்தில், எதற்குள் பிரவேசிக்குது என்று சொல்ல முடியாத அளவிற்கு இரண்டும் ஒன்னோடு ஒன்னு ஊடுபாவாக சார்ந்தேதான் இயங்கிட்டு வருது. எந்தக் கவிதையை எடுத்தாலும், நான் என்ன செய்யறேன்னா ஓவியத்தைப் பேசுவது போல இலக்கியத்தைப் பேசுவேன். இலக்கியத்தைப் பேசுவதுபோல ஓவியத்தைப் பேசுவேன். இது இயல்பாக நடக்கிற ஒரு விஷயம் - உதாரணத்திற்கு 'ஓவியனும்

காலமும்’ என்ற என்னுடைய கவிதை ஒன்று உண்டு. இந்தக் கவிதையில் நான் ஒரு ஓவியனைச் சாட்சியாக வைத்து - மீண்டும் இலக்கியத்தைத்தான் பேசுறேன். ஆட்டைப் பற்றிய ஒரு கவிதை வரும். எதையெடுத்தாலும் அதேபோலத்தான். ‘நதி’ என்று ஒரு கவிதை - கூவத்தைப் பற்றி.

“கூவமும் நதிதான்
சாக்கடைகளின் மஹா சங்கமம்

தூக்கி எறியப்பட்ட வண்ணங்களை வைத்து
நகரம் தீட்டிய நீர்வண்ண ஓவியம்”

அப்படின்னு சொல்லும்போதுகூட என்னை அறியாமல் ஓவியம் வந்து அமைந்து விடுகிறது.

ஜெ: நான்கூட கூவம் பற்றி “சென்னையின் மலக் குடல்” என்று எழுதியிருக்கிறேன்.

இ: கூவம் பற்றிய இந்தக் கவிதையில்... “தூக்கி எறியப்பட்ட வண்ணங்களை வைத்து நகரம் தீட்டிய நீர்வண்ண ஓவியம்” என்று சொல்லியிருக்கேன். நீர் வண்ணம் என்பது ஓவியத்தில் ரொம்ப அருமையான மீடியம். அதுல நீங்க ஒரு சாக்கடையைப் பெயிண்ட் செய்தீங்கன்னாகூட அழகாத்தான் இருக்கும். லண்டனில் விக்டோரியா ஆல்பர்ட் மியூசியத்திலெல்லாம் டர்னருடைய ஓரிஜினல் படைப்புகளை நம்ப பார்த்திருக்கிறோம். சாக்கடையை பெயிண்ட் பண்ணினாகூட அதை ரொமான்டிசைஸ் பண்ற ஒரு மீடியம்தான் வாட்டர் கலர்... அதை வைத்து நான் கூவம் நதியை ரொமான்டிசைஸ் பண்றேன்.

ஜெ: அந்த மீடியத்தை கையாள்றது மிகச் சிரமமான விஷயம்தானே...

இ: ஆமாம். மீடியத்தைக் கையாண்ட அனுபவம் இருப்பதனால் அதைக் கவிதையில் கொண்டு வரமுடியுது. அதேபோல ‘ஓவியனும் காலமும்’ என்ற கவிதையில் ஓர் ஓவியன் ஓவியம் தீட்டுவதைப் பற்றிச் சொல்லியிருந்தாலும் கூட அதுல என்னா இருக்கும்னா...

ஜெ: நான் அதை படித்திருக்கிறேன். உங்களோட அந்த கவிதையின் முடிவு நல்லா இருக்கும்.

இ: எந்த ஓவியத்தையும், எந்தக் கவிதையையும் முழுசா எழுதி முடிச்சிட்ட திருப்தி எனக்கு கிடைக்கிறதில்லை. W.H. Auden சொன்ன மாதிரி எல்லாக் கவிதைகளும் பாதியிலேயே நிறுத்தப்பட்டவைதான். ஓவியங்கள் கூட அப்படித்தான். அவை எங்கே வளர்கின்றன? என்கிறபோது - அந்த பெயிண்ட் எல்லாவற்றையும் ப்ரஷிலிருந்து துடைத்துப் போட்டுவிடுகிறோம்ல - அதிலெல்லாம் இந்த ஓவியங்கள் தொடர்ந்து வளர்ந்துகிட்டே இருக்கிற மாதிரி தோணுது. இந்தப் பார்வை - நானொரு ஓவியனாகவோ, ஓவிய விமர்சகனாகவோ இல்லைனு சொன்னால் எனக்கு கிடைச்சிருக்கிறதுக்கு வாய்ப்பு இல்லை.

ஜெ: இன ஒடுக்குதல் மோசமா இருந்த காலங்களில் - குறிப்பா 1984-85-ல சென்னையில் இருந்தேன். நீங்க கூவத்தைப் பற்றி வாசிச்சபடியால், என்னோட கவிதை ஒன்று ஞாபகத்திற்கு வருது.

> “என் இனிய உலகின் மீதும் உண்மையான
> மனிதர்கள் மீதும் போர் தொடுத்தனர்
> அசுரர்கள்...

தமிழ்க் கவிதையைப் பொறுத்தவரையில் எழுபதுகளுக்குப் பிறகு மிக மெச்சத்தக்க மாற்றங்கள் ஏற்பட்டிருக்கின்றன. பரிமாணங்கள் மிகவும் கூடியிருக்கு. முன்பு மேலோர்கள் கையிலிருந்ததுதான் கவிதை என்கிற பார்வை மாறி - பல்வேறு களங்களைக் சேர்ந்த மனிதர்களுடைய கவிதைகளும் மேம்பட்டு - அவர்கள் மத்தியில் இருந்த கவிஞர்களும் மேம்பட்ட சூழல். 60-70-களில் இது ஆண்கள் மத்தியில் மட்டும்தான் இடம் பெற்றது.

80-90களில் பெண்களின் பங்களிப்பு தமிழ்க் கவிதையில் மேலும் புதிய பரிமாணத்தை ஏற்படுத்தியிருக்கு. இது தமிழில் புதிய மொழியை அறிமுகப்படுத்தியிருக்கு. மொழியில் வர்க்கத் தட்டுகள் சார்ந்து மொழிவாரிப்படுத்தப்பட்டிருந்த மக்கள்

உள்வாங்கப்படும்போது, தமிழனின் கவிதை மொழி மேலும் விரிவடையுது. பெண்களின் கவிதை மொழியில் இன்னும் தமிழ்மொழி வளம் பெறுது. புதிய அர்த்தங்களைத் தருது. இன்னொரு முக்கியமான விடயம், 80-களில் ஈழத் தமிழர்கள் ஒரு அரசியல் அகதிகளாகவும் 90-களுக்குப் பிறகு தமிழகத் தமிழர்கள் கணினி சார்ந்த நிபுணர்களாகவும் புலம்பெயர்ந்தார்கள். புலம் பெயர்ந்தவர்கள் மத்தியில் இலக்கியம் வர ஆரம்பித்தது. இது புதிய மொழியை, புதிய சிந்தனையை, புதிய விஷயங்களை, ஆண் - பெண் உறவுகள் பற்றிய ஒரு தெளிவை யெல்லாம் ஏற்படுத்தியிருக்கு.

இந்த இரண்டு விஷயங்கள் மிக முக்கியமானவை. ஒன்று வர்க்கங்கள், சாதிகள் தொடர்பாக மொழிவாரிபடுத்தப் பட்டிருந்த மக்களை உள்ளடக்கிய இந்த கவிதை வட்டம் வளர்ச்சியடைந்தது. பால் ரீதியாக வேறுபடுத்தப்பட்டிருந்த பெண்களை உள்ளடக்கிய கவிதைக் கூட்டம் வளர்ந்தது. இன்றைக்கு புலம் பெயர்ந்த மக்களின் பங்களிப்பால் தமிழ்க் கவிதை இன்னும் ஒரு சுற்று வளர்ந்திருக்கிறது. இந்த விடயங்களை நாங்கள் கருத்தில் கொள்ள வேண்டும் என்று நினைக்கிறோம்.

ஒவ்வொரு புதிய வளர்ச்சிகள் வருகிறபோதும் மேட்டுக் குடிகளிலிருந்து விமர்சனங்கள் அரசியல்ல வந்திருக்கு. சமூகப் பண்பாட்டிலும் வந்திருக்கு. நிச்சயமாகக் கலை இலக்கியம் சார்ந்தும் சில விமர்சனங்கள் வந்திருக்கு. பெண்கள் எழுதத் தொடங்கியபோது சிலர் code of conduct, moral இவற்றோடு வந்து சண்டித்தனம் பண்றதைப் பார்க்கிறேன். இந்த மாற்றங்கள் எல்லாம் ஈழத்தில் ஒரு வித்தியாசமான சூழலில் உருவானது. நீண்ட போராட்டங்கள் சார்ந்த ஒரு பின்னணியில் இந்த மாற்றங்கள் ஏற்பட்டதால், இப்போராட்டத்தில் பெண்களும் முன்னணி பாத்திரம் வகித்ததால் - இந்தப் பெண்கள் மீது அதிகாரம் செலுத்துகிற துணிச்சலை யாரும் பெரிசா பெறவில்லை. போராட்டமும் புலம் பெயர்வுகளும் எங்கள் மத்தியில் ஆண் - பெண் உறவுகள் தொடர்பான equations, சமன்பாட்டை ஓர் ஆரோக்கியமான முறையில் மாற்றியிருக்கு. போர்க்கள வாழ்க்கையில் ஆண்கள் புலம் பெயர்கிறவர்களாக அல்லது போராட்டத்தில் ஈடுபடுகிறவர்களாக அல்லது பயந்து பயந்து தவிக்கிறவர்களாகத்தான் அதிகமாக இருக்கிறார்கள்.

பொதுவாழ்க்கையின் பல அரங்கங்களைப் பெண்கள்தான் நிறைத்திருக்கிறார்கள். அநேகமாக யுத்த காலங்களில் - ஏனைய நாடுகளிலும் நடந்திருக்கு - ஒரு வகையில் இந்தப் போராட்டமும், போர்க்குணமும் பெண்களுடைய தளைகளை உடைச்சிருக்கு என்றுதான் சொல்ல வேணும். புலம்பெயர்ந்த வாழ்க்கையில் நிறைய அவலங்களைப் பெண்கள் எதிர்நோக்கினாலும், அங்குள்ள சட்டங்களின் உதவியோட பெண்கள் ஓரளவு சமாளிக்க வாய்ப்புகள் அதிகம் இருக்கு. எங்கள் ஆண் - பெண் உறவுகள் தொடர்பான சமன்பாடுகள் - போராட்டத்தாலும், புலம் பெயர்வுகளாலும் தகர்க்கப்பட்ட சூழலில்தான் விவாதங்கள் ஆரம்பித்திருக்கின்றன. இங்கு நடக்கிற மாதிரி ஆண்கள் எதையும் எழுதலாம்; பெண்கள் எதையும் எழுதக்கூடாது என்று மீசையை முறுக்கிக்கொண்டு ஒழுக்க விதிகளைப் பேசுகிற விமர்சகர்கள் அங்கு இல்லை என்றுதான் சொல்வேன்.

இ: புலிகளின் படையணியில் மகளிர் இருந்ததாலும், போரில் பெண்களும் பங்குகொண்ட காரணத்தினாலும், இயல்பாகவே ஈழத்தில் பெண்ணிலைவாதம் வெற்றி கொண்டது. ஆனாலும் அது முழுமையாக வெற்றி பெற்றதா என்பதில் எனக்கு இன்னமும் ஐயம் இருக்கவே செய்கிறது.

ஜெ: இங்கேயும் போராடுகிற பெண்கள், குழுக்கள் இருந்தாலும், அது Main stream - ஆக மாறவில்லை. அங்கே Main stream - ஆக இருந்ததுதான் முக்கியம்.

இ: கவிதை பற்றி யோசிக்கிற இந்தத் தருணத்தில், பெண்களின் இந்த குரல் என்பது தலித்துகளின் எழுச்சியோடு சேர்ந்து வளர்ந்தது மிகவும் சிறப்பானது என்று நான் கருதறேன். ஏனென்றால் தலித்துகள் எப்படி பிறப்பைக் காரணம் காட்டி அடிமைப்படுத்தப்பட்டிருக்கிறார்களோ, அதே மாதிரிதான் பெண்களும் பிறப்பின் அடிப்படையிலதான் அடிமைப்படுத்தப் பட்டிருக்கிறார்கள். தான் ஒரு பெண்ணாக பிறக்கணும்கிறதையோ, தானொரு தலித்தாக பிறக்கணும்கிறதையோ யாரும் அவர்களாகத் தேர்ந்தெடுக்கிறதில்லை. இது அவர்களின் தேர்ந்தெடுப்பை மீறின விஷயம். பெண்ணாகப் பிறந்தவள் என்பதைக் காரணமா வைத்து அவளை அடிமைப்படுத்தறது மிகப் பெரிய சமூகக்

கொடுமை. இதைப் பற்றி குரல் கொடுக்கறது என்பது ஒன்று. அதே நேரத்தில் அந்தக் குரல் - தலித்துகளுக்கு மட்டுமே தனித்துவமான ஒரு குரலாக இருப்பது என்பதும், பெண்ணிற்கு மட்டுமே உரிய தனித்துவமான குரலாக இருப்பது என்பதும் வேறு வேறு விஷயங்கள். இதை இரண்டு வெவ்வேறு விஷயங்களாக நான் பார்க்கிறேன்.

பெண் விடுதலைக்காகக் குரல் கொடுப்பது என்பது ஒன்று. கவிதை உலகத்திற்குள் பெண்ணுக்கான தனியான அடையாளம் கொண்ட ஒரு குரலை ஸ்தாபிக்க முயல்வது என்பது மற்றொன்று. இந்தப் பணியில் நிறைய பெண் கவிஞர்கள் ஈடுபட்டிருக்காங்க. குட்டி ரேவதியை எடுத்துக்கலாம். மாலதி மைத்ரியை எடுத்துக்கலாம். லீனா மணிமேகலையை எடுத்துக்கலாம். சுகிர்தராணி மிக நேர்மையான ஒரு பெண்ணியக் குரல். இவங்கள்ளாம் புதிய பிரதேசங்களில் பயணம் செய்றாங்க. சொல்லப்போனால் சுகிர்தராணி போன்ற கவிஞர்களுக்குச் சிரமம் இன்னும் கூடுதலானது. சுகிர்தராணி என்ற ஒருத்தரை மட்டும் எடுத்துப் பார்த்தோம்னா - அவங்க ஒரு பெண்ணாக இருக்கிற அதே நேரத்தில் ஒரு தலித்தாகவும் இருக்கிறவங்க. ஒரு கவிதையில் என்ன எழுதறாங்கன்னா... தான் பெண்ணாக இருப்பதனால் எப்படி எப்படியெல்லாம் அடிமைப்படுத்தப் பட்டிருக்கிறேன்னு சொல்லிக்கிட்டு வந்து முடிக்கும்போது என்ன சொல்றாங்க - "இப்போது நான் யார் என்று கேட்பவர்களுக்கு தைரியமாகச் சொல்வேன் நானொரு பறைச்சி என்று," அப்படின்னு முடிக்கிறாங்க. இத்தகையவர்கள் இரட்டைச் சிலுவை சுமக்கிறவர்கள் போலாகிறார்கள்.

இதைப் பற்றி யோசிக்கும்போது எனக்கு ஒரு கேள்வி எழுகிறது. கவிதையைப் பயில்கிறவர்கள் என்ற வகையில் - பெண் மொழிப் புனைவு என்ற ஒன்று உண்மையிலேயே உருவாக்கப்பட்டிருக்கா? பெண் ஒருத்தி எழுதினாலே அது பெண்மொழிப் புனைவா? பல பெண் கவிஞர்கள் ஆணின் குரலில்தான் எழுதிக் கொண்டிருக்கிறார்கள் என்பது எனது கருத்து. எழுதுகிறவரின் பெயரை மட்டும் தூக்கிவிட்டீர்கள் என்றால் ஓர் ஆண் எழுதிய கவிதை மாதிரிதான் இருக்கும். ஒரு பெண்மொழிப் புனைவை உருவாக்க முயல்வது என்பது ஓர் சிறந்த விஷயம். ஒன்று - அது மொழியை மேலும்

வளப்படுத்தும். நீங்க சொன்ன முக்கியமான விஷயம் - பல புதுச் சொற்களையும், வழக்கிற்குகொண்டு வரும். கவிதையின் பிரதேசத்திற்குள் ஒரு பெண்ணே - இதுவரையிலும் பெண்ணைக் குறித்த ஒரு வசைச் சொல்லாக பயன்படுத்திய ஒரு சொல்லை ஒரு நல்ல சொல்லாக பயன்பாட்டிற்குக் கொண்டு வருகிறபோது தற்காலப் பண்பாடு குறித்த புரிதல், மொழிக்குள் கட்டி எழுப்பப்படுகிறது.

பெண் மொழிப் புனைவு என்பது உருவாகியிருக்குதுன்னு நீங்க நினைக்கிறீங்களா? தமிழ்நாடு, ஈழம் இரண்டைப் பொறுத்தமட்டிலும் சொல்லலாம்?

ஜெ: என்னைப் பொறுத்த அளவில் 60 - 70களில் எழுதிய பெண்கள் பற்றிய பிரச்சினைகள், சமத்துவம் பற்றிய பிரச்சினைகளை ஆண்களுடைய மொழியில், ஆண்களுடைய அறத்திலே நின்று எழுதுற பெண்களுடைய எழுத்துக்கள் அதிகமாக இருந்தது. குறிப்பாக 70-80களில் பெண்களுடைய எழுச்சி, பெண்களுக்காக பெண்களே பேச ஆரம்பிச்ச பிறகு நிலைமை மாறுகிறது.

என்னுடைய கவிதைகளில் நான் Master-Piece என்று கருதுவது - 'ஈழத்து மண்ணும் எங்கள் முகங்களும்' தான். அது ஒரு குறுங்காவியம். அதிலே ரதி கதை சொல்றா. ரதியும், பாலி ஆறும், மரங்களும் முக்கியமான கதாபாத்திரங்கள். அந்தக் கதையில் ராணுவத்தால் பாலியல் பலாத்காரத்திற்கு உள்ளாக்கப்பட்டு - பிழைக்கப்பட்ட பெண்ணின் குரலைப் பதிவு செய்திருக்கிறேன்.

நான் கவிதை எழுத ஆரம்பித்த காலங்களிலிருந்தே பெண்கள் சமத்துவம் பற்றி எழுதி வந்திருக்கிறேன். பேசி வந்திருக்கிறேன். ஆனால் அதெல்லாம் பெண்கள் சமத்துவம் பற்றிய ஆண்களுடைய பார்வையில்தான் இருந்தது. பெண்கள் - தங்களுடைய குரலை ஒலிக்கத் தொடங்கின பிறகுதான் - பெண்களுடைய சமத்துவம், கோரிக்கை போன்றவற்றை அவர்களுடைய நிலைப் பாட்டிலிருந்து எழுத ஆரம்பித்தோம். இந்த கற்பு என்ற சொல்லெல்லாம் - கற்பழிக்கப்படுவது என்பதெல்லாம் - ஆரம்பங்களில் பாலியல் வன்முறையை

கற்பழிப்பு என்றே எழுதி வந்தோம். அதற்கு எதிரான பெண்களின் குரல்தான். இந்தப் பெண்களுடைய கருத்துக்கள் வெளிவந்த பிறகுதான் ஆண் வதைக்கப்பட்டால் அது தியாகம் என்கிறதும், பெண் வதைக்கப்பட்டால் அதைக் கற்பழிப்பு என்கிறதும் - எங்களோடு ஞானத்தில் அப்பதான் உறைத்தது. இந்த மாதிரி பல மாற்றங்களைக் காண முடிஞ்சது. பெண்களுடைய மொழி என்பது - பெண்கள் பற்றிய அவர்களுடைய நிலைப்பாட்டிலிருந்து - பெண்களுடைய வாழ்வனுபவத்திலிருந்து - பெண்களுடைய தாய் வழியிலும், உறவுகள் வழியிலும், கதைகள் வழியிலும் - நீண்ட பாரம்பரியத்தோடு வந்த ஞானம்தானே.

பெண்கள் மொழியை artificial-ஆகத் தயாரிக்கப்பட்ட ஒன்றாக நான் கருதவில்லை. அது ஆற்றில் வருகிற புதுவெள்ளமாகத்தான் பார்க்கிறேன். அப்படியொன்று இல்லையென்று நான் கருதவில்லை. நீங்கள் முன்பு பாவித்த பெண்கள் பற்றிய ஆண் நிலைப்பாடுகளை இப்போது பாவிக்க மாட்டீர்கள்,

இ: ஆண் எழுதுவதுபோல ஒரு பெண் எழுத்தாளர் எழுதுவதும், பெண் விடுதலை பற்றி ஒரு ஆண் எழுதுவதும் பற்றி யோசிக்கும்போது ஒரு Hindu mythology ஞாபகத்திற்கு வருது. சிவபெருமான் ஒரு அரக்கனை அழிப்பதற்கு - இன்னொரு தீராத பசியுள்ள விலங்கினை உருவாக்கி விடுறார். எதைப் பார்த்தாலும் சாப்பிடுவது மாதிரியான தீராத பசியோடு அவனை உருவாக்கி எதிர்த்த அரக்கர்களையெல்லாம் அழிப்பதற்கு அனுப்பி விடுவார் சிவபெருமான். அப்ப சிவன் அனுப்பிய அந்த விலங்கு, எல்லோரையும் அழிச்சு முடிச்சிட்டு கடைசியாக சிவன்கிட்ட வந்து நிக்குது. இப்ப நான் எதைச் சாப்பிடுறதுன்னு கேக்குது. சிவன் என்ன சொல்றாரு? 'Eat yourself', 'உன்னை நீயே சாப்பிடு' - அப்ப அந்த விலங்கு என்ன செய்யுது? - காலிலிருந்து தொடங்கி தன்னையேதான் சாப்பிட ஆரம்பிக்கிது. தன் தலையைத் தானே சாப்பிட வரும்போது அந்த விலங்கினால் சாப்பிட முடியலை. ஏனென்றால் விலங்கினை விழுங்கக்கூடிய வாய் தலையிலேதான் இருக்கு. இந்த விநோத விலங்கின் நிலைமைதான் பெண் விடுதலை பற்றி எழுதுகிற ஆணுக்கு நிகழுது. பெண் விடுதலை பேசிகிட்டே வந்து கடைசியிலே அது அவனையும் கூட அது பாதிக்கிறபோது

அவன் மேற்கொண்டு என்ன செய்றதுன்னு தெரியாம திகைச்சுப் போயிடறான். இந்த dilemma ஒரு பெண்ணே பெண்ணைப் பற்றி எழுதுகிறபோது நிகழ்வதில்லை. இதில் தமிழ்நாட்டில் என்ன நிகழ்கிறதுன்னா - எனக்கு இலங்கையைப் பற்றி தெரியாது - ஒரு பெண் எழுதினாலேயே அது பெண்ணிய எழுத்துன்னு நம்பறது ரொம்ப தவறான கருத்து. Gender Bias என்கிற ஒன்று Play பண்ணாத ஒன்றையும் கூட பெண்ணிய எழுத்துன்னு சொல்றதுல அர்த்தமில்லை. எப்படி பிறப்பால் தலித்தாக இருப்பதினாலேயே ஒருவர் எழுதுவது தலித் எழுத்தாகி விடுவதில்லையோ அதுபோலத்தான் இதுவும். ஒரு எழுத்தைத் தலித் எழுத்து என்று சொல்வதற்கு அதில் ஒரு தலித் அரசியல் இருக்கணும். அதுபோலத்தான் பெண்ணிய எழுத்துங்கறது அந்தப் புரிதலோடு எழுதப்பட்டதா இருக்கணும். பெண் எழுதுறதனாலேயே பெண்ணிய எழுத்துங்கறதுபோல ஒரு பெரிய மயக்கம் இங்கே இருக்கு. அதுலதான் நிறைய பேர் ரொம்ப எளிமையா பெண்ணிய எழுத்துங்கற வகையில் வராங்க. பல பெண்கள் பெண் அடிமைச் சிந்தனைகளைக்கூட அவர்களை அறியாமல் பெண்ணிய எழுத்து எனும் பெயரில் எழுதிவிடும் அவலம் நேர்கிறது.

இன்னொரு முக்கியமான விஷயம் - ஒரு கவிதைக்குள் ஒரு பெண் மொழி புனைவுங்கிறதை உருவாக்க வரும்போது அது வெறும் ஆண்களுக்கு எதிரான குரல்களை எழுப்புவது மட்டுமா? தன்னுடைய பாலுணர்வு விஷயங்களை வெளிப்படையாக பேசுவது மட்டுமா? அது இன்னும் ஆழமான களத்துக்குள்ள போகணும். ஒரு ritualistic-கான, சரியை கிரியைகள் சம்பந்தமான பல்வேறு பெண் மொழி பேச்சுகளெல்லாம் மக்கள் மொழியில் இருக்கு. அந்தப் பேச்சுக்களையெல்லாம் கூட பெண் எழுத்தாளர்கள் கொண்டு வரணும். அதுமாதிரி கொண்டு வரும்போது உண்மையான பெண் மொழிப் புனைவு ஒன்று உருவாகி தமிழ்க்கவிதையை வளப்படுத்தும்.

ஜெ: ஒரு விஷயம் இந்திரன். ஆரம்ப காலங்களிலிருந்தே பெண்களுடைய விடுதலைக்குச் சார்பான ஒருவன் என்ற கருத்து எனக்கிருக்கு. என்னுடைய சிந்தனைகளில் இருந்த அகம்பாவங்கள், ஆண் நிலைப்பாடுகள் அறுவை சிகிச்சைக்கு உள்ளாகியிருக்கு. பெண் எழுத்துக்களுடைய சிந்தனைகள்

விவாதத்திற்குரியவை என்றாலும் முடிந்த முடிவான ஒன்றை இப்ப நாங்கள் வைத்திட ஏலாது. இது தொடர்பான பெண்களுடைய கருத்துக்களையும் நாங்கள் கேட்க வேணும். பெண்கள் மத்தியில் இடம் பெறுகிற விவாதங்களையும் நாங்கள் கூர்ந்து கவனிக்க வேணும். அதைக் கரிசனையோடு ஆண்கள் அவதானிப்பது குறைவு. நீங்கள் உங்கள் கருத்தை இன்றைக்குச் சொல்வது சரி. ஆனால் அதை முடிவாகச் சொல்வது கஷ்டம். இப்பத்தான் இந்த விவாதங்கள் பெண்கள் மத்தியில் ஆரம்பிச்சிருக்கு. அதைக் கூர்மையா அவதானிக்கிறதோட, அது தொடர்பா நாங்களும் சிந்திக்க வேணும்.

இ: பொதுவாக நாம் இருவரும் கவிதையை எழுதிக்கொண்டு வருகிறோம். கவிதை ஒவ்வொரு காலகட்டத்திலும், ஒவ்வொரு புதிய பரிமாணத்தைப் பெற்றுக் கொண்டே வருது. கவிதையினுடைய அடுத்தக்கட்ட வளர்ச்சி என்பது எது? நாம் எதை நோக்கி நகர்கிறோம் என்கிற கேள்விகள் எழுகின்றன. என்னுடைய தனிப்பட்ட கருத்து ஒன்றை நான் சொல்றேன். ஏதோ புதுக்கவிதையினுடைய சவ ஊர்வலத்தில் நாம் போய்க்கிட்டிருக்கிற மாதிரி எனக்குத் தோணுது. அதாவது புதுக்கவிதைன்னு முன் வைக்கப்பட்ட ஒரு விஷயம் - அதனுடைய காலப்போக்கிலே தனிப்பட்டவர்கள் புலம்பல்போல முடிஞ்சு போயிடுச்சோங்கிற கேள்வி எனக்கிருக்கு. நான் இப்படி சொல்வதின் அர்த்தம் கவிதை முடிந்துவிடும் என்பதல்ல. கவிதை ஒரு புதிய தோலுரிப்புக்குத் தயாராகுது என்பதுதான் அது. இது தமிழ் நவீன கவிதையைப் பொறுத்தமட்டிலும் நம்பிக்கை அளிக்கக்கூடிய பல இளம் கவிஞர்களின் குரல்களில் இருக்கு. இப்ப பலபேர் இருக்காங்க.

அவங்களுடைய கவிதைகள் இதுவரையிலும் நகர்ந்து வந்த பாதையிலிருந்து விலகி புதிய தளத்தில் பிரவேசிக்கிறதை நான் பார்க்கிறேன். இந்தக் கவிதைகளின் குணாம்சம் என்னவா இருக்குனு. எடுத்துப் பார்க்கும்போது - பொதுவான புதுக்கவிதைகளிலிருந்து ரொம்ப மாற்றமடைந்து இருக்குது. ஒரு உதாரணம் என்.டி. ராஜ்குமார் ஒரு புதிய மந்திரஜாலம் கொண்ட ஒரு மொழியைத் தன் கவிதையிலே அவர் பரிசீலிக்கிறார். இதனுடைய அடுத்தக்கட்ட பரிமாணம்

என்னவா இருக்கும்னு நான் யோசிக்கிறேன். என்னுடைய தனிப்பட்ட கவிதை மேலதான் எனக்கு கண்ட்ரோல் இருக்குது. மற்ற கவிஞர்கள் பற்றி வாசகன் என்ற வகையில் என்னுடைய feedbackஐ கொடுக்க முடியும். என்னுடைய கவிதையின் அடுத்தக்கட்ட வளர்ச்சி என்னவா இருக்கும்னா - ஒரு அதிரடி பார்வைப் பண்பாட்டை முன்வைக்கக் கூடிய ஒரு கவிதையாகவும், ஓர் அதி நவீன அழகியலைப் பேசக்கூடிய கவிதையாகவும்தான் எனது கவிதை இருக்கும். அது அதி நவீன தொழில்நுட்பப் பண்பாட்டின் கூறுகளை சொல்லக் கூடியதா இருக்கும். உதாரணத்திற்கு ஒரு மலரை ரசிப்பதைப்போல ஓர் இயந்திரத்தைப் பார்த்து ரசிப்பது. ஒரு மலர் மேல் இருக்கிற பனித்துளி மாதிரி ஒரு கார்மேல இருக்கிற பனித்துளி பல்பும் அழகுதான். ஒரு இயந்திரத்தை, ஒரு கணிப்பொறியை ரசிப்பது கூட ஒரு கவிஞனுடைய வேலையாகப் போகிறது என்பது என்னுடைய நம்பிக்கை. இதை நான் இயந்திரயுகத்தின் அழகியல் அதாவது machine age aesthetics என்று சொல்றேன்.

ஜெ: ஒரு கேள்வி, பண்டைய கவிதையை வாசிக்கும்போது, ஒரு நவீன கவிதையை வாசிப்பது போன்ற அதிர்ச்சி ஏற்பட்டதுண்டா?

இ: நிச்சயமாக இல்லை. Minimal art என்று ஓவியத்தில் நாம் சொல்கிறோம். அந்த ஆர்ட்டை நோக்கி கவிதையும் நகர்கிறது. Minimalist Poetry என்பதை முன்வைத்த பிரெஞ்சு கவி ஃபிலிப் ஜாக் கோட் தன் கவிதை 'ஒரு தூய்மையான நீர்த்துளிபோல் இருக்க வேண்டும்' என்று சொன்னார். ஆனால் இந்த Minimal Art எதனுடைய ஆரம்பத்திலிருந்து வந்தது? குகை ஓவியங்கள்னு அன்றைக்கு முதல் மனிதன் ஒரு ஓவியத்தைச் செய்ய ஆரம்பிக்கிறானே, அந்த ஆர்ட்டை நோக்கித்தான் இவ்வளவு சிக்கல் பண்ணிய பிறகு மீண்டும் நாம் திரும்பிச் செல்கிறோம். அதே மாதிரிதான் கவிதையும். minimal art - லேர்ந்து ஆரம்பிச்சதுதாங்க இலக்கியமும். வெற்று அலங்காரங்கள் இல்லாத ஒரு உன்னதமான கவிதை. அந்தக் கவிதை காலப்போக்கில் சிக்கல்கள் மிகுந்து மீண்டும் இப்போது நாம் அந்த எளிமையை நோக்கி நகர்கிறபோது பழைய கவிதைபோலத் தோன்றுகிறது. அப்படித்தான் நான்

நினைக்கிறேன். மற்றபடி பழைய கவிதையினுடைய ஒரு தொடர்ச்சியாக புதுக்கவிதை வரலை. அது ரொம்ப முக்கிய கவனிக்க வேண்டிய விஷயம்.

ஜெ: சுழல் ஏணியிலதான் நாங்க ஏறிகிட்டிருக்கிறோம். தாங்கள் மாறினாலும், ஒரு சுழல் பாதையொன்று இருக்கிறதென்பதை மறுக்க ஏலாது.

இ: சுழல் பாதை இருக்கு. அது பழைய கவிதையினுடைய தொடர்ச்சியாக வந்ததில்லை என்பதைப் புரிந்து கொள்ளவேண்டும். கவிதை மரபு நடுவில் அறுபட்டுப் போய் மீண்டும் ஒரு தாவல் என்று சொல்றோமில்லை. அந்த தாவல்தான் நிகழ்கிறது.

ஜெ: நான் நினைக்கிறேன். இந்த வட்டப்பாதையை மீறிப் போய் விடமுடியுமா என்பது கேள்விதான். நீங்கள் குறிப்பிட்டது மாதிரி minimal art என்ற அஸ்திவாரத்திலிருந்து அதிக தூரம் விலகிச் செல்ல முடியுமாங்கறது தெரியல. நான் நினைக்கிறேன். புதுக்கவிதை மரணப்படுக்கையில் கிடப்பது போன்ற தொரு கருத்தைச் சொன்னீர்கள். இது தொடர்பாகச் சில பிரச்னைகள் இருக்கு. 70-களில் விமர்சகர்கள் என்று தன்னை முன்னிறுத்திக் கொண்டவர்கள், அல்லது கவிதை எழுதிவிட்டு அதுதான் கவிதை என்று சொல்வதற்காக விமர்சகர்களாக மாறியவர்கள் - இளங்கோ, கம்பனிலிருந்து, கிராமியக் கூத்து வடிவங்கள், இந்த மரபுகளினூடாக நகர்ந்து வந்த முழு நதியை நிராகரித்து விட்டு, புதுக்கவிதை ஓர் எதிரான இயக்கம் மாதிரியான வாதங்களையெல்லாம் முன்வைத்திருக்கிறார்கள். ஓசை நயம் இருப்பது புதுக்கவிதையில்லை. அது நவீன கவிதையல்ல என்று சொன்னவர்களை நான் பார்த்திருக்கிறேன். ஓசையை நோக்கி பிடரியைப் பிடித்துத் தள்ளுறதும், கூடி வருகிற ஓசையை வன்முறையாகப் பிடித்துத் தள்ளுறதும் இந்த இரண்டுமே அபத்தம்தான். இன்றைக்கு நவீன கவிதையைப் பற்றி நடந்த விவாதங்கள், விமர்சனங்கள் எல்லாம் அபத்தமாப் போச்சு. அன்றைக்கும் அவைகளை நான் பொருட் படுத்தியதில்லை. கவிதைகளில் - இவர்கள் விமர்சனங்களின் அடிப்படையில் இந்த புதுக்கவிதையைப் பார்க்கிறேன்.

பண்டைய மரபின் புதியதொரு பாய்ச்சலை நான் பார்க்கிறேன். புதுக்கவிதை பண்டைய மரபினுடைய கன அம்சங்களை எந்த நிபந்தனையும் இல்லாமல் இயல்பாக வரித்துக் கொண்டுதான் வந்திருக்கு. ஆனபடியால்தான் புதுக்கவிதையை இந்த விமர்சகர்கள் காயடித்துத் தந்த வரைவிலக்கணங்களுக்கு அமைய எழுதியவர்கள் அச்சப்படலாம். மரணப்படுக்கையில் தமிழ்க்கவிதை இருக்கு என்ற அச்சம் எனக்கில்லை.

இ: நான் சொல்றது. எப்படின்னா, புதுக்கவிதை என்று சொல்லி ஒரு வகை மாதிரியை முன் வைத்தார்கள் அல்லவா? அந்த வகை மாதிரியைப் பற்றிய விமர்சனம்தான் இது. மரபுக் கவிதைக்கு எதிராக இருப்பது மட்டுமே புதுக்கவிதை என்று ஸ்தாபிக்க முடியுமா? முடியாது.

ஜெ: ஒன் மினிட். மரபுக்கவிதைக்கு எதிரானது புதுக்கவிதை என்ற அந்தக் கருத்து மரபணு மாற்றிய வித்து மாதிரி.

இ: அதனாலதான். அதனுடைய mission over ஆன உடனேயே ரொம்ப சீக்கிரமே வலுவிழந்துவிட்டது. ஒரு நூற்றாண்டுக் காலம் அது தாக்குப் பிடிச்சிருக்குன்னு சொன்னால் - அதற்குக் காரணம் புதுக்கவிதைன்னு இவங்க சொன்ன சாமுத்திரிகா லட்சணங்களில் அது தாக்குப் பிடிக்கலை. மரபுக் கவிஞர்கள் பலபேர் - அப்துல் ரகுமான், மீரா, சிற்பி, தமிழன்பன் போன்றவர்கள் புதுக்கவிதை என்ற இந்த வடிவத்தைக் கையாண்டார்கள். ஜனநாயகப்படுத்தினார்கள். அவர்களாலேயும் கூடத்தான் இவ்வளவு நாள் அது தாக்குப் பிடிச்சிருக்குன்னு நினைக்கிறேன். இன்னொன்று, நீங்க சொன்னீங்க, இந்த ஓசை நயத்தைப் பற்றி. இந்த ஓசை நயம் என்பது கவிதையில் வேண்டிய பகுதி, வேண்டாத பகுதிங்கறதைக் காட்டிலும் - biologically dictated விஷயம் என்பது என்னோட கருத்து. 'இழும் எனும் மொழியால் விழுமியது நுவலல்'னு தொல்காப்பியர் சொல்றாரில்ல. அந்த இழும் எனும் ஓசை எதனால தீர்மானம் ஆகிறதுன்னா - ஒரு குழந்தை தாயின் கருப்பையிலேயே மிதந்துக்கிட்டிருக்கும் போதிலிருந்தே உருவாயிடுது. அந்த குழந்தைக்கு ஏற்படுகிற முதல் உணர்வே செவிப்புலன் உணர்வுதான்.

எனவே குழந்தை வயிற்றைவிட்டு வெளியே வந்த பிறகும் லப்டப் போன்ற ஒரே சீரான ஓசை கேட்கிறபோதெல்லாம்

அது மகிழ்கிறது. இதன் ஒரு தொடர்ச்சிதான் கவிதையில் செயல்படும் ஓசை நயம். எனவே கவிதையில் ஓசை என்பது biologicaly decide ஆன ஒன்று.

ஜெ: கவிதை வெறுமனே கண்ணால் வாசிக்கிறது மட்டும்தான் என்ற கருத்திலெல்லாம் எனக்கு உடன்பாடில்லை. இன்றைக்கு மீடியா வளர்ச்சியால் கண்ணால் பார்த்து காதால் கேட்கறிது அதிகரிச்சிருக்கு. பல பேர் தியரியை, தங்களைப் பிரபலப்படுத்திக்க முன் வைக்கிற மாதிரிதான் படுதே தவிர - உண்மையான evidence லேர்ந்து, ஆய்வுலேர்ந்து இந்த தியரிகள் வந்ததென்று படவில்லை.

இ: இந்த விஷயத்தை ஒரு தியரியா எந்த literary theoristவும் சொல்லல. தனிப்பட்ட முறையில் எனக்கு தோன்றிய ஒன்றைத்தான் சொன்னேன்.

ஜெ: கவிதைகளை புத்தகத்தில் வாசிக்கும்போது கூட மனதிற்குள் ஓர் அசையை போட்டுதான் வாசிக்கிறோம்.

இ: ஆமாமாம்... மௌன வாசிப்பு... அதற்குள்ளேயும் ஓர் ஓசை நயம் இழையோடத்தான் செய்யுது.

ஜெ: ஓசையை கவிதைக்குள்ள திணிக்கிறதையோ, ஓசையை பலாத்காரமா வெளியேற்றதுவதையோ... அபத்தமானதென நான் முன்னரே சொன்னேன்.

இ: புதுக்கவிதை என்ற பெயரில் பிச்சமூர்த்தி போன்றவர்களால் முன் வைக்கப்பட்டு செழித்து வளர்ந்த ஒரு கவிதை மரபு இன்றைக்குத் தேய்ந்து போய்விட்டதாக நான் நினைக்கிறேன். இதை உள்ளுக்குள்ளாக உணர்ந்து கொண்ட பல இளம் கவிஞர்கள் கவிதையில் பல புதிய இடங்களைத் தேடிச் செயல்படுகிறார்கள். கவிதை என்பது காலம் காலமாக அந்தந்த காலகட்டத்தின் சமூக - வரலாற்றுத் தொழில்நுட்ப அறிவியல் பின்னணிகளுக்கு ஏற்ப பல புதிய மாற்றங்களை அடைந்து வந்திருக்கு.

ஜெ: ஆனா... இந்திரன், ஒரு விஷயம் நான் குறிப்பிட விரும்புகிறேன். நீங்களும் அப்படித்தான் இருப்பீர்கள் என்று நினைக்கிறேன். என்னுடைய கருத்துக்கள், என்னுடைய

அனுபவத்திலிருந்து வந்தது. நான் ஓர் அருள்வாக்கு சொல்லவோ, தீர்ப்பு சொல்லவோ இல்லை. இவை விவாதங்களுக்குரிய கருத்துக்கள்.

இ: கவிதையைப் பற்றி ஏன் பேசுகிறோம் என்று சொன்னால் கவிதை வாழ்க்கையின் ஒரு பகுதியாகவும் இருக்கு. எல்லோருடைய வாழ்க்கையிலும் அப்படி இல்லையென்றாலும் நம்முடைய வாழ்க்கையிலாவது இருக்கு. கவிதையை நாம இரண்டு தளங்களில் சந்தித்திருக்கிறோம். ஒன்று கவிதை செய்பவன் என்ற தளத்தில், இன்னொன்று கவிதையின் வாசகன் என்ற தளத்தில், தனிப்பட்ட முறையில் கவிதையின் ஒரு ஓரத்து வாசகன் என்பதை ஏதோவொரு பெரிய பதவியாகவே நான் நினைக்கிறேன். எனவே இந்த இரண்டு தளங்களிலும் நாம் கவிதை பற்றி எந்த மாதிரி அபிப்ராயம் வச்சிருக்கிறோம் என்பதைப் பகிர்ந்துக்கிற முயற்சிதான் இது. இதுல அறுதியிட்டு உறுதியாக சொல்லும் விஷயங்கள் எதுவுமில்லை. பெட்ரன்ட் ரஸ்ஸல் தன்னுடைய "New Ten Commandments" என்பதுல முதல் கட்டளையா சொல்ற விஷயமே "Don't be certain on anything". கவிதை குறித்த சிந்தனைகளில் சில அலைவரிசைகளை நான் உங்களோட பகிர்ந்து கொள்கிறேன். அவ்வளவுதான்.

கவிதை பல்வேறு பரிமாண தளங்களில் இருக்கு. கவிதைக்கு பல்வேறு பயன்பாடுகளும் இருக்கு. பொதுவாக ஒரு சாதாரண மனிதன் பேசுகிற பேச்சில் கூட கவிதைத்தனமான வெளிப்பாடுகளெல்லாம் இருக்கு. அப்படியிருக்கும் பட்சத்தில் திரைப்படப் பாடல்கள் என்று வருகிறபோது - சிறந்த கவிஞர்கள் கூட கண்ணதாசன் தொட்டு வைரமுத்து, முத்துக்குமார் வரைக்கும் சினிமா பாடல்கள் எழுதுகிறவர்களாக நேர்ந்து விட்டிருக்கிறது. அப்ப இந்த கண்ணதாசன் போன்றவர்கள் செய்த இந்தப் பாடல்களின் இலக்கியத் தகுதி என்ன? சினிமா பாடல்கள் கவிதையா? இல்லையா? இது பற்றிய விஷயங்களைப் பற்றியெல்லாம் நாம் யோசிக்க வேண்டியிருக்கு. திரைப்படப் பாடல்களும் சமூகத்தில் நல்லதோ, கெட்டதோவான ஒரு விளைவை ஏற்படுத்துவதே?

ஜெ: சினிமா பாடல் என்பது வாழ்க்கையோட ஒரு அம்சமா வந்துட்டுது. இன்றைக்கு காதலர்கள் கடிதம் எழுதறதிலேர்ந்தே

பல்வேறு விஷயங்களில் quote பண்ற விஷயமா சினிமா பாடல்கள் வந்துவிட்டது. இது பற்றி சிந்திக்கத்தான் வேணும். நாங்க இதைப் புறக்கணித்துவிட முடியுமாங்கறதைச் சிந்திக்க வேண்டும். தமிழில், மேல் நாடுகளில் வளர்ந்த மாதிரி தனிப்பாடல் திரட்டுகள், ஆல்பங்கள் வெளிவருகிற போக்குகள் மிகவும் குறைவாகத்தான் இருக்கு. பாடல் என்ற வடிவம் சினிமா வழிதான் தமிழில் வாழ்ந்து கொண்டிருக்கு. நான் நம்பறேன் - நாளைக்கு பாடல் தனியாக வந்து விடும். ஆனால் பாடல்கள் இல்லாத ஒரு உலகத்தில் நாங்க வாழவில்லை. பாடல்கள் சரியாகவும், பிழையாகவும் உலவிய உலகத்தில்தான் நாங்கள் வாழ்ந்தோம்.

இ: இசைப்பாடல்களைத் தவிர்த்துவிட்டு நாம் கவிதைகளைப் பற்றி பேசமுடியாது. பாரதியின் இசைப்பாடல்களை விட்டு விட்டுக் கூட பாரதியைப் பற்றி நாம் பேசமுடியலை. ஆனால் திரைப்படப் பாடல்களுக்கும், பாரதியாரின் இசைப் பாடல்களுக்கும் நிறைய வேறுபாடு உண்டு. ஒன்று: திரைப்பாடலுக்குள் அந்த சினிமாவின் கதைசொல்லலுக்கு ஏற்ப இயைந்து போகிற ஒரு பண்புக்கூறு இருக்கு. ஒரு கேளிக்கையைத் தேடி மக்கள் சினிமாவுக்கு வரும் காரணத்தால் கேளிக்கைக்காக சினிமா பாடல் தரம் தாழ்ந்து வந்து பேசுகிற ஒரு Compromise இருக்கு. அந்த Compromise கவிதைக்குள் இருக்கிற அந்தக் கவிஞனுக்குப் பாதகமானதுதான் என்பதை மறுப்பதற்கில்லை.

ஜெ: இன்றைக்கு உலக மகா கவிதைகள் எல்லாவற்றிலும் இசைப்பாடல்கள் இருக்கு. அது கிரேக்கமாகவே இருக்கட்டும். சங்கப்பாடல் இசைப்பாடல் என்ற கருத்துத்தான் மேலோங்கியிருக்கு. கண்ணன் பாட்டு, 'நல்லதோர் வீணை செய்தே நலங்கெடப் புழுதியில் எறிவதுண்டோ' போன்ற இசைப்பாடல்களை எடுத்துட்டா பாரதியார் இல்லை. பாரதியார் இசையோடு பாடிப் பாடியே எழுதினார் என்று கூறப்படுகிறது. பாரதியாரை இசைப்பாடல்களுக்காக முதன்மைப்படுத்திய நாங்கள், தினசரி வாழ்வில் ஏற்றுக் கொண்ட இசைப்பாடல்களுக்கு இலக்கியத்தில் முக்கியத்துவம் இல்லை என்றோ, சினிமாவில் எழுதப்படறதாலேயே இசைப் பாடல்கள் கவிதை இல்லையென்றோ சொல்ல ஏலாது.

ஆனால் பாரதியாரின் - கவிதை உழைப்பு, கவிதைக்கான அர்ப்பணிப்பு, கவிதைக்கான ஒரு மோன நிலையில், தன்னை வைத்திருப்பதற்காக, மற்றவர்கள் அவர் ஒரு சோம்பேறி, ஒன்றுக்கும் லாயக்கில் லாதவன் அல்லது நடைமுறை வாழ்க்கைக்குப் பொருத்தமில்லாதவன் என்று அவருடைய உழைப்பை உணர்ந்து கொள்ளாமல் உலகம் அவரை இகழ்ந்தது. அவர் எல்லா விலையும் கொடுத்து இந்த மோன நிலையில் தன் கவிதைகளை Crystalise பண்றதுக்கு அவர் உழைத்த உழைப்பு பெரிது. இன்றைய திரைப்பாடலாசிரியர்களுக்கு இந்த உழைப்பிற்கான வாய்ப்பு இருக்கிறதா? என்று கேள்வி எழுகிறது. ஆனால் கண்ணதாசனிலிருந்து வைரமுத்து வரைக்கும் அவர்கள் கவிஞர்கள் இல்லை என்று சொல்றதை அபத்தம் என்றுதான் கருதுறேன். ஆனா அவர்கள் கவிதைக்காக உழைக்கவேண்டும். பெரும்பாலானவர்கள் தங்கள் உழைப்பை பாடலுக்கே தருகிறார்கள். தங்கள் கவித்துவத்தை ஒரு இயக்குனரும், இசையமைப்பாளரும் சொல்வதற்கு சமரசம் செயகிறார்கள்.

இதில் குறிப்பிடத்தக்க விஷயம் என்னவென்றால் சினிமாவில் பாரதியாரைப்போல மோன நிலையை, தங்களுடைய ஆத்மாவிலிருந்து வருகிற Theme-யை எழுதுவதற்கான சுதந்திரம் இல்லை. அந்த வெளி இவர்களுக்கு இல்லாததால் - இவர்களுடைய கவிதைகள் பல இயக்குனர்களாலேயும், இசையமைப்பாளர்களாலேயும் கொடுக்கப்படுகிற நெருக்கடியால் பல பகுதிகளை Compromise பண்ணிக்கொள்கிறார்கள்.

ஆனால் நான் கூறுவது - கண்ணதாசனின் பல பாடல்கள் முக்கியமான கவிதைப் பாடல்களாகத்தான் ஆரம்பிக்குது. இடையில் முறிக்கப்பட்டு வருது. அதேபோல வைரமுத்துவின் பல பாடல்களும் பார்க்கிறேன். கண்ணதாசனின் "நதியில் விளையாடி கொடியில் தலை சீவி நடந்த இளந்தென்றலே" போன்றவை, வைரமுத்துவின் "என் மேல் விழுந்த மழைத்துளியே இத்தனை நாளாய் எங்கியிருந்தாய்" போன்றவை நல்ல கவிதைகளைக் கொண்ட பாடல்கள்தான். வைரமுத்துவை நான் சந்தித்தால் என்ன சொல்வேன் என்றால்- திரைப்பாடல்களை எழுதுகிறபோது இசையமைப்பாளருக்காகவும், இயக்குனருக்காகவும் எதை விட்டுக் கொடுத்தீர்களோ அதை மீட்டுத் திரும்ப எழுதி அந்தப் பாடல்களை வெளியிடுங்கள். திரையில் வந்தது மாதிரி

வெளியிட வேண்டாம் என்றுதான் சொல்வேன். அவற்றைத் திருத்தாமல் வெளியிடும்போது தங்களுடைய சிதைந்த முகத்தைத்தான் காட்டுகிறார்கள். உண்மையான முகத்தைக் காட்டுவதில்லை.

இ: இப்ப நீங்க திரைப்படப் பாடலாசிரியர்கள் பற்றி சொன்னீங்க.

(ஜெயபாலன் குறுக்கிட்டு)

ஜெ: ஒரு முக்கியமான விடயம். திரைப்படப் பாடல்களுக்கு உழைக்கிறது அதிகம்தான். திரைப்பாடல்களுக்கு நிரம்ப உழைத்தாலும், அவர்கள் பாரதியார் போன்ற ஒரு நிறைந்த சுதந்திரம் உள்ள வெளியிருந்து எழுதவில்லை. பாரதியாரைப்போல தங்களுடைய ஆன்மாவிலிருந்து எடுக்கிற Themeகளிலிருந்து அவர்கள் எழுதவில்லை. Theme-ஐயும், இசையையும், form-ஐயும் வேறு யாரோ தீர்மானிக்கிறார்கள். எனவே அவர்கள் பாடல்கள் எழுதுகிறபோது இழந்த எல்லா விஷயங்களையும் மட்டும் மீண்டும் முழுமையா எழுதினால் பெரும் பங்களிப்பா இருக்கும். ஆனால் அது நிகழவில்லை.

இ: இந்த நேரத்தில் நான் ஒன்றைச் சொல்ல விரும்பறேன். திரைப்படத்திற்கு பாட்டு எழுதுகிறபோது அந்தக் கவிஞன் தன் கலை மேதைமையைக் காட்ட முடியாமல் போய்விடுகிறது என்பது பாதிதான் உண்மை. ஆனால், அந்தக் கலைஞன் மிகச் சிறந்த கலைஞனாக இருக்கும் பட்சத்தில் Limitation என்கிற இடர்ப்பாடுகள் மத்தியிலும் தன் திறமையைக் காட்டக் கூடியவனா இருப்பான். உதாரணத்திற்கு மைக்கேல் ஏஞ்சலோவை எடுத்துக்கொள்வோம். கிருத்துவ மதத்திலேயும் மற்ற பணக்காரர்களாலேயும் சித்திரவதை செய்யப்பட்ட ஒரு கலைஞன் அவன். அவனை ஒரு தேவாலயத்திற்குள்ளே போட்டு 'நீ, கிறிஸ்துவின் வாழ்க்கையைச் சொல்லும் ஓவியங்களெல்லாம் செய்யணும்னு சொல்லி பூட்டிட்டாங்க. அவனை ஒரு உடலுழைப்புத் தொழிலாளியாக மாற்றினார்கள். இப்படியான இடர்ப்பாடுகள் மத்தியில் மைக்கேல் ஏஞ்சலோ தானொரு மகா கலைஞன் என்பதை எப்படி நிரூபிச்சானோ, அதேபோல சிறந்த கவிஞர்கள் திரைப்படப் பாடல் எழுதினால் அவர்கள் நிரூபிப்பார்கள். எந்த கவிஞனாக இருந்தாலும் நிரூபிக்க வேண்டும். பணம் சார்ந்த மதிப்பீடுகள் அதிகமாக ஆதிக்கம் செலுத்தற ஒரு

துறை என்பதால் அவன் தன்னை பணத்துக்கு பலி கொடுத்து விடுகிறான். இயக்குனர்களுக்கும், இசை யமைப்பாளர்களுக்கும் கட்டுப்பட வேண்டியிருக்கு. நீங்க பாரதியாரை எடுத்து பேசியதற்கு சம்பந்தமேயில்லை என்ற அளவிற்கு இருக்கு. பாரதி ஓர் இசைப்பாடலை தேர்ந்தெடுத்தான் என்கிறபோது ஒரு situation கொடுத்து அது இசைப்பாடலா அமையனும்னு யாரும் அவனை நிர்ப்பந்திக்கலை. அது பாரதி யாருடைய தேர்ந்தெடுப்பு. பாரதி பற்றி வ.ரா. நெறய எழுதியிருக்கிறார். ஒரு சூரிய அஸ்தமனத்தை பார்த்துக் கிட்டே இருக்கிறவர், திடீர்னு தனது மார்புக் கூட்டை நிமிர்த்தி நின்று, "தங்கம் உருக்கி தணல் குறைத்துத் தேனாக்கி எங்கும் பரம்பியதோர் இங்கிதம்" என்று பாடி மூர்ச்சையாகி விழுந்துட்டார்ன்னு. இந்த நிலையில் இசைப்பாடல் என்பது பாரதியினுடைய ஒரு சன்னதம், இங்க இவங்களுடைய Choice அது இல்லை. ஆனால் ரொம்ப முக்கியமாக கவனிக்க வேண்டிய விஷயம் என்னன்னா, திரைப்படப் பாடல் எழுதுவதனாலேயே ஒருவன் கவிஞனாக இல்லாமல் போய் விடுகிறான் என்று சொல்வது அபத்தம். இது ஏன் நிகழுதுன்னா சினிமா பாட்டு எழுதுகிறவர்கள் மட்டும்தான் கவிஞர்கள் என்று நம்புகிற ஒரு பாமரக் கூட்டத்துக்கு எதிர்வினையாக நிகழ்வது. சினிமா பாட்டு எழுதுகிற ஒருவருக்கு சினிமாவுக்கு வெளியில் நீங்கள் சொன்ன மோன நிலையில் கவிதை எழுதுற நிலைமை வாய்க்கவே செய்யும். அத்தகைய தருணங்களில் அவர்கள் படைக்கிற கவிதைகளுக்கு இலக்கியத் தகுதி உண்டா என்று திறந்த மனதுடன் பரிசீலிக்கவே செய்யணும். திரைப்படப் பாடலாசிரியர்களைவிட மிக மிகக் கவித்துவம் குறைந்தவர்கள், திரைப்படப் பாடல்களோடு சம்பந்தப்படாததினாலேயே தங்களைக் கவிஞர்களாக Pose பண்ணிக்கிற அபாயம் இங்கே இருக்கே. அதற்கு என்ன சொல்றீங்க?

ஜெ: எல்லா கவிஞர்களுக்குள்ளும் கொஞ்சம் கொஞ்சம் இசைப்பாடல் இருக்குமென்றுதான் நினைக்கிறேன். நானும் இசைப்பாடல் எழுதியிருக்கிறேன். நிறைய எழுதவேண்டும் என்று விருப்பமும் உள்ளது. இசை இருப்பது கவிதையில்லை. சீரியஸானது மட்டும்தான் கவிதை என்று பேசிய விமர்சகர்கள் மேலோங்கியிருந்த காலகட்டத்தில்தான் இசைப்பாடல்கள் கவிதையல்ல என்ற தவறான கருத்து வந்திருக்கும் என்று நினைக்கிறேன். இது எப்ப நேர்ந்திருக்கும்?

இ: "வசையுடைய பாட்டிற்கும் இசை நன்றாம்" என்று ஒரு பழமொழி உண்டு. இசை அதற்குள் இருக்கிற எழுத்துக்களுக்கு புதிய சிறகுகளைப் பூட்டும் வல்லமை கொண்டது. ஒண்ணுமேயில்லாத ஒரு Lyric கிற்கு இசையென்ற சிறகு பூட்டியவுடன் அது வேறு விதமா மாறிடுது. கவிதையும், இசையும் ஒன்றாகவே இருந்த காலகட்டம் இருந்தது. இன்றும் கூட கேரளாவில் மலையாளக் கவிஞர்கள் இசையோடுதான் பாடிக்கிட்டு இருக்காங்க. ஒரிஸாவில் மனோராமா பிஸ்வால் என்கிற ஓர் பெண் கவிஞரைச் சென்னைக்கு அழைத்துவந்து கவிதை வாசியுங்கள் என்று சொன்னால் இசையோடுதான் பாடுறாங்க.

ஜெ: சிங்களத்திலும் அப்படித்தான்.

இ: கவிதையும், இசையும் கலந்திருக்கிற ஒரு காலகட்டத்தில் இசையோடு கலந்ததாலேயே கவிதை தனது இலக்கியத் தகுதியை இழந்து விடுமா?

ஜெ: இசை, இயல்பாக கலக்குற விஷயத்தில் கலந்தும், விலகுற விஷயத்தில் விலகியும் இருக்கிற சுதந்திரத்தை யாரும் மறுக்கக் கூடாது.

இ: இது ரொம்ப முக்கியமான விஷயம். அதே மாதிரிதான் எதுகை, மோனையெல்லாம் இயல்பாக அமையறதுனாலேயே அது கவிதைத் தன்மையை இழந்து விடாது. ஆனால் இப்போது தமிழகச் சூழலில் - ஈழத்துச் சூழலை நான் சொல்லவில்லை - எதுகை, மோனை அமையக் கூடாதுன்னு சிறப்பு முயற்சிகள் மேற்கொள்ளப்படுகிறது. அது ரொம்ப அபத்தமான விஷயம்னு நான் நம்பறேன். அது இயல்பாக வந்து அமையும் பட்சத்தில் எந்த விதத்திலும் கவிதை அம்சத்திற்கு ஊறு விளைவிப்பதில்லை. மரபுக்கவிதை எதை எதையெல்லாம் கொண்டாடியதோ, அதையெல்லாம் முற்றாக நிராகரித்தால்தான் புதுக்கவிதை தோன்றும் என்கிற மாயையிலிருந்து ஏற்பட்டதுதான் அது என்று நினைக்கிறேன்.

ஜெ: மரபுகள் எல்லாவற்றையும் நிராகரித்துவிட்டு கவிதையைத் தக்கவைத்துக்கொள்வது என்பது வரலாற்றையும் ஜாதார்த்தத்தையும் நிராகரிப்பதாகும்.

இ: ஆமாம். ஏனென்றால் மொழி என்பது சிந்தனை. மொழி என்பது பண்பாடு. கவிதை என்பது சிந்தனையோடும், பண்பாட்டோடும் தொடர்புடையது. அப்ப மொழிக்குள் இருக்கிற பண்பாட்டுக் கிடங்குன்னு ஒரு வார்த்தையைச் சொன்னீங்க - அந்த கிடங்கிலிருந்து எடுத்துக்கொள்ள வேண்டியது கலைஞனுக்கு தேவைதான்.

ஜெ: தளங்கள் மாறுகிற பிரச்னையை நாம் புரிந்து கொள்ள வேணும். இன்றைக்கு நான் கவிதை எழுதுகிறேன் என்றால், இன்றைய தளத்திலிருந்து எழுதுகிறேன் என்றுதான் அர்த்தம். நானொரு புதிய மொழியை, மரபை உருவாக்கி அதிலிருந்து ஒரு புதிய கவிதையைக் கண்டுபிடித்து எழுதறதுன்னு அர்த்தமில்லை. மரபுகளை நிராகரித்து எழுகிறவர்கள் எழுதுகிற கவிதை வரிகளை, படிமங்களை உருவகங்களை எடுத்துக் கொண்டால் அதற்கொரு கவிதை மரபிருக்கும்.

இ: மரபைப் பற்றிச் சொல்கிறபோது T.S. Eliotகூட சொல்லியிருப்பார். மரபு என்பது பின்பற்றப்படுவதற்கு போர் அடிக்கிற விஷயமாக இருக்கலாம். ஆனால் உருவாக்குவதற்கு சந்தோஷம் தரக்கூடிய விஷயம்னு.

ஜெ: கவிதைக்கான கட்டுமானப் பொருட்களை நினைவுக் கிடங்கிலிருந்துதான் எடுக்குறோம்.

இ: உதாரணத்திற்கு என்னுடைய ஒரு கவிதையிலிருந்து எடுத்தா,

'இரவின் நெற்றியில்
விடியலின் நறுமணம்

நிலவின் கன்னத்தில்
சூரிய நகக் குறி'

இது முழுக்க முழுக்க அனுபவப்பூர்வமான ஒரு விஷயம்தான். இரவுல மூணு மணிக்கு கண் விழிச்சு நான் எழுதிக்கிட்டிருக்கிற நேரத்தில், அங்க சுத்தியிருக்கிற செடி கொடிகளிடமிருந்து, இரவுமில்லாத காலையுமில்லாத அந்த நேரத்தில் பூக்குற மலர்களெல்லாம் பூக்குது. அப்ப அந்த அதிகாலை மூணு மணிக்குன்னு புதிரான, புதுமையான ஒரு நறுமணம் இருக்கு. இதை "இரவின் நெற்றியில் விடியலின் நறுமணம்" என்று

சொல்லும்போது - முழுக்க முழுக்க அந்தரங்கமான ஒரு சொந்த அனுபவத்தை ஒரு பழமையான மரபின் தொடர்ச்சியான ஒரு fortmat - லதான் சொல்றேன். சங்க காலத்தில் பெண்களின் நெற்றியை 'நறுநுதல்' என்று சொல்ற ஒரு பழக்க முண்டு. நெற்றியில் கூந்தல் தைலம், மஞ்சள் பொடி, வாசனை திரவியங்கள், குங்குமம் எல்லாம் கலந்து ஒரு வாசனை இருக்கும். எனவே இரவை ஒரு பெண்ணாக நினைத்து அவளுடைய நெற்றியில், காலையில் மலரும் மலர்களின் நறுமணம் இருக்கிறது என்று சொல்கிறபோது பழைய மரபு புதிய முறையில் உயிர்ப் படைகிறது. அதே மாதிரி பழைய இலக்கியங்களில் காதலன் காதலியருக்குள் 'நகக்குறி' பற்றி ஏராளமாக எழுதப்பட்டிருக்கு. சூரியனிடமிருந்து ஒளிவாங்குகிற நிலவைக் குறிக்க 'சூரிய நகக்குறி' என்று சொல்லி மரபான படிமத்தை அறிவியல் ரீதியாக மறு உயிர்ப்பு அடைய வைக்கிறோம். இது ஞாபகக் கிடங்கிலிருந்து எடுக்கிற ஒரு செயல்தான்.

ஜெ: என்னைப் பொறுத்தவரையிலும் கவிதையை நான் institution - க்குள்ளேகொண்டு போக முயன்றதில்லை. சில institution - குள்ள போயிட்டா எளிதில் கவிதையை மக்கள் மத்தியில் கொண்டு போயிடலாம் என்று நம்பப்படுகிறது. ஆனா அது உண்மையல்ல.

இ: Institutionன்னு நீங்க எதைக் குறிப்பிடுறீங்க?

ஜெ: அரசியல் institutionஐ நான் குறிப்பிடவில்லை. இலக்கிய குழுக்களைச் சொல்லத்தான் அதைப் பயன்படுத்தினேன். ஆனால் இலக்கிய குழுக்களுக்குள்ளே இருக்கும் விவாதங்களின் ஆரோக்கியமான பகுதிகளை நான் கவனிக்கிறேன். ஏனென்றால் கவிதையில் இதை எழுது; இதை எழுதாதே என்று சொல்ல யாருக்கும் எந்த அதிகாரமும் இல்லை. எல்லாக் கவிஞர்களுக்கும் இந்த நினைப்பு இருக்குமேன்றுதான் நினைக்கிறேன்.

இ: குழுக்களைச் சார்ந்து இயங்குவது என்பதிலே ஒரு முக்கியமான கவனிப்பை நாம் செய்ய வேண்டியிருக்கு. சமகாலகட்டத்தில் வாழும் கவிஞர்கள் ஒருவரையொருவர் நேரில் சந்தித்துக்கொள்ளாவிடினும், ஒரே மாதிரியான சிந்தனைப் போக்குள்ளவர்களாக இருக்க நேர்வதுண்டு. அதை ஒரு குழு என்று சொல்லமுடியாது.

ஜெ: குறிப்பாக இப்படி எழுதுவதுதான் கவிதை, இப்படி எழுதாதது கவிதையல்ல, எங்கள் அணிக்கு புறம்பானதை எழுதறது கவிதையல்ல என்று சொல்வது ஆரோக்கியமானதல்ல. கவிஞருக்கும், கவிதைக்கும் அக்மார்க் முத்திரை குத்தும் போக்குகளைத்தான் நான் சொல்றேன்.

இ: ஒரு கவிதை சிறந்தது; சிறந்தது இல்லை என்பதைத் தீர்மானிப்பதில் இந்த குழுக்காரர்களைக் காட்டிலும், ஓரத்து வாசகன் மிகக் சிறந்தவனாக இருக்கிறான் என்பதுதான் என்னுடைய அனுபவம். வாசகன் பல நேரங்களில் எழுதுகிறவனைக் காட்டிலும் பல மடங்கு புத்திசாலியாக இருக்கிறான். நானும் கூட உங்களைப் போலத்தான். எந்தக் குழுவோடும் என்னை இணைத்துக் கொள்ளாதவன். அதேபோல எந்தக் குழுவினுடைய கருத்தாக இருந்தாலும் எனது தனிப்பட்ட கருத்திற்கு எதிரானதாக இருக்கும்பட்சத்தில் அதை எதிர்த்து எனது குரலைப் பதிவு செய்யவும் தயங்காதவன். இலக்கியச் சன்னிதானங்களைப் பற்றியும் கவலைப்படாதவன். குழுக்கள் என்னைக் கைவிட்டாலும் கூட வாசகன் கொடுக்கும் ஆதரவு உற்சாகமளிக்கிறது.

ஜெ: ஆனா, இந்த குழுக்களுக்குள் இடம்பெறுகின்ற விவாதங்களினால் நல்ல ஆரோக்கியமான வளர்ச்சிகள் ஏற்படுது. சில குழுக்கள் கமிஷன் ஏஜென்ட் மாதிரி பிறரது products ஐ தாக்குவதின் மூலம் தங்களது product சிறந்தது என்று காட்டுவதும் எனக்கு அதிருப்தியைத் தருகிறது.

இ: இந்த குழுக்களைச் சார்ந்து இயங்குகிற பொழுது கலைஞனுக்கான தனிமனித சுதந்திரம் பறிக்கப்படுது. ஒரு திரைப்படப் பாடலாசிரியனுக்கு எப்படி இயக்குனரால், இசையைப்பாளரால் சுதந்திரம் பறிக்கப்படுதோ அதே மாதிரி இந்த குழு எழுத்தாளர்களுக்கும் சுதந்திரம் பறிக்கப்படுது. இந்த குழுக்களுடைய சந்நிதானங்களின் கட்டுப்பாட்டிற்கு ஏற்ப எழுத வேண்டிய நிர்பந்தம் ஒரு எழுதாச் சட்டமாக, கவிஞன் internalலா operate பண்றதுக்குப் பதிலா external - லா செயல்பட ஆரம்பிச்சுடுறான். கலைஞனின் பொம்மலாட்டக் கயிறுகளை அந்தக் குழு இழுக்கத் தொடங்கிடுது. ஆனா நம் வரலாறு சொல்றது என்னன்னா, உண்மையான கவிஞன்

அல்லது எழுத்தாளன் இந்தக் குழுக்கள் பற்றியெல்லாம் கவலைப்படுவதில்லை என்பதுதான்.

60-களில் புதுக்கவிதையென்றது ஒரு நல்ல தீவிர நிலையை அடைந்திருந்தது. மரபை எதிர்த்துப் புறப்பட்ட புதுக்கவிதை இன்று தனது பாரம்பரிய வேர்களை... சங்க இலக்கியம் போன்ற வெளிப்பாடுகளைத் தேடத் தொடங்கியுள்ளது. இது Globalisation உச்சத்தில் இருக்கிற இந்த காலகட்டத்தில் நிகழ்வது கவனிக்கத்தக்கது. பிற நாடுகளில் - மேலை நாடுகள் என்று நான் சொல்லவில்லை - ஹைக்கூ போன்ற வடிவங்கள் ஜப்பானிலிருந்து வந்து தமிழ்க் கவிதையை பாதிச்சிருக்கு. பிறநாட்டு இலக்கிய கூறுகளை அங்கீகரித்துக் கொண்ட ஒரு காலகட்டத்தில், பின்நவீனத்துவ, பின்காலனித்துவ விமர்சனங்கள் நமது வேரை நோக்கி திரும்பச் செய்கின்றன. புதுக்கவிதை என்று சொல்லப்பட்டது. இன்றைக்கு தனது சாமுத்திரிகா லட்சணங்களைவிட்டு வெளியேறி புதிய இடங்களை, புதிய திசைகளைக் கோரி நிற்கிறது. ஒரு புதிய தலைமுறை எழுந்து வந்து பன்முகப் பரிமாணங்களோடு கூடிய கவிதைகளை எழுதுது.

இத்தகைய கவிதைகளை புதுயுகக் கவிதைகள், அதி நவீன கவிதைகள் என்று ஏதாவது ஒரு புதுப் பெயரிட்டு அழைப்பதுதான் நியாயம்போலத் தெரிகிறது.

ஜெ: கவிதை தன்னை புதிய ஒரு காலத்துல ஸ்தாபித்துக் கொள்வதை நான் இன்று பார்க்குறேன். 60-களில் மரபை அறுத்துக்கொண்டு போனால்தான் அது கவிதை என்ற மாயத் தோற்றங்கள் ஏற்படுத்தப்பட்டதெல்லாம் எனக்குத் தெரியும். இது எங்களோடு மொழி எல்லாத்தையும் பாதிச்சது. இது எங்களுடைய ஞாபக் கிடங்குகளிலிருந்து, இலக்கியக் கருவூலங்களிலிருந்து எங்களை அந்நியப்படுத்துகிற ஒரு போக்கு. எங்களோட ஜன்னலுக்கு வெளியே தெரிகிற மலைச் சிகரங்களில் இருக்கிற பல விஷயங்களை பிற நாட்டு இலக்கியங்களிலிருந்து பெற்றிருக்கிறோம். இன்றைக்கு எங்களின் கருவூலங்களிலிருந்து மீண்டும் தேடும் போக்கு இருப்பதாக நான் கருதறேன். இதை நான் முழுமையான ஆய்வின் அடிப்படியில் சொல்லவில்லை. என் மனதில் இருப்பதைத்தான் விவாதத்திற்குரிய விஷயங்களா பேசுறேன். புதுக்கவிதை, பழைய கவிதை - என்ற அடைமொழிகளை

நாங்கள் பயன்படுத்தினாலும் கவிதை தன்னை கவிதையாகவே தன்னை நிலைநிறுத்திக் கொள்ளும் ஒரு முயற்சிதான் இருக்கு. சங்க காலத்திலும், சரி பிறகு வெண்பா எழுதின காலத்திலும் சரி இது நடந்து வந்திருக்கு. கவிதை தன்னை மரபுகளிலிருந்து அறுத்துக் கொள்வதும், மீண்டும் இணைத்துக்கொள்வதும், புதிய தளத்தில் பாவித்துக் கொள்ளுதலும் நடந்திருக்கு. பிறகு மரபுகளை உள் வாங்கி புதிய தளத்தில் தன்னை பகிர்ந்துக்கொள்ளுதல் - புதிய தளத்தில் என்பது முக்கியமானது. அது இன்றைக்கு நிகழ ஆரம்பிச்சிருக்குன்னு நினைக்கிறேன்.

இ: உங்களுடைய ஈழத்து கவிதைகளில் இத்தகைய அதிநவீன கவிதைப் போக்குகள் தோன்றியிருக்கிறதா?

ஜெ: எங்களது வாழ்வும், புலம்பெயர்ந்தபோது சிந்தப்பட்டிருக்கிற எங்களது பூமியும் வெறும் நினைவுகளாகப் போய்விட்டன. எங்களோட ஆன்மா... அதனுடைய ஒரு பகுதி வெறும் நினைவுகளாகவும், நாட்டு ஏக்கங்களாகவும் போய்விட்டது. நாங்கள் வெகு தொலைவில் கட்டிக்கொடுக்கப்பட்ட ஒரு பெண்ணின் கிழிந்த மான்சுடனேயே எழுதுகிறோம். புதிய நண்பர்கள், புதிய கலைச் சூழல்கள், புலம் பெயர்ந்த இலக்கியத்தில் இவற்றை சிருஷ்டிக்கிற - தீர்மானிக்கிற - ஒரு நிலை என்பது புதிய பரிமாணங்களைக் கொண்டு வருது.

இ: புலம் பெயர்ந்து போவதில் புதிய அனுபவங்கள், அதே நேரத்தில் இழந்த மண்ணைக் குறித்த nostalgia ஆகியவை ஈழத்து கவிதைகளில் பிரதானமான பங்கை வகிக்குது. ஆனால் அமைதி திரும்பி நீங்கள் எல்லோரும் மீண்டும் தீவில் சென்று குடியேறப் போகையில், - அப்படி ஒரு காலம் வருமென்று நான் நினைக்கவில்லை - புலம் பெயர்ந்தபோது நீங்கள் எழுதியதெல்லாம், இழந்த மண் குறித்த ஏக்கங்கள் எல்லாம் அபத்தங்களாகப் போய் விடுகிற ஒரு காலம் வருமா?

ஜெ: வெறுமனே ஜனரஞ்சகக் காரணங்களுக்காகவோ வர்த்தகக் காரணங்களுக்காகவோ அவை எழுதப்பட்டிருந்தால், நிகழ்ந்திருந்தால் அவை அபத்தமாக போகலாம். ஆனால் இது எங்கள் ஆன்மாவின் குரல்.

• • •

இந்திரன்
சில கவிதைகள்

ஒரு கண்ணில்லாத பூனை

காதலியின் வீட்டில்
பூக்கள் உதிர்த்த முருங்கை மரத்தில்
ஒரு கண்ணில்லாத
கருப்புப் பூனை.

சீனத்துக் கருப்பு மையினால்
காகிதத்தில் ஒற்றி எடுத்த ஓவியம்போல்
காற்றில் தொங்கும் வாலொடு தூங்கும்
குவி அடி வெருகு.

கொள்ளை நோய்க்கு அஞ்சிய நகரம்
ஐம்புலன் ஒடுக்கி அடங்கிய சாலையின்
கானல் நீரில் கடந்து செல்லும்
ஆம்புலன்ஸ் கண்டு
ஒரு கணம் திகைக்கும்.

கிருமிக்கு அஞ்சிக்
கதவுக்குப் பின்னால் ஒளிந்த நகரம்
ச்சே எனச் சலித்துக் கொள்ளும்.

4-7-2020

இயேசுவின் கண்கள்

இயேசுவே
உந்தன் கண்கள் எந்த நிறமென்று சொல்லி விடுங்கள்.
நீலமா, பச்சையா, பழுப்பா, கருப்பா ?

நாங்களோ கவிஞர்கள்.
ஏதேதோ கற்பனை செய்து கொள்கிறோம்.

இயேசுவின் கண்கள்
கண்ணாடியாய் ஓடும் தெளிந்த நீருக்குக் கீழே தெரியும்
பாசி படர்ந்த கூழாங்கல்லின்
பச்சை நிறம் என்று எழுதி விடுகிறோம்.

இயேசுவின் கண்கள்.
புயலடித்து ஓய்ந்தபின் வெளிச்சம் பூசிய
நிர்மலமான வானத்தின் நீல நிறமாக இருக்குமோ
என்று சந்தேகத்தை கிளப்பி விடுகிறோம்.

இயேசுவின் கண்கள்
வாய் பேசத் தெரியாத தாவரங்களுக்கு
உணவை ஊட்டும் சேற்று மண்ணின்
பழுப்பு நிறம்தான் என்று
அடித்துப் பேசி விடுகிறோம்.

இயேசுவின் கண்கள்
இரண்டு படிம ஜன்னல்கள் என்றும்

இயேசுவின் கண்கள்
அன்பின் வெளிச்சம் அணையாமல் எரியும்
இரண்டு தூண்டாமணி விளக்குகள் என்றும்

வார்த்தை விளையாட்டுகளில்
எங்களைத் தொலைத்து விடாமல்
காப்பாற்றி அருளுவீராக.

பரமண்டலத்திலிருக்கும் தேவனின் குமாரனே
தினமும் கவிதை எழுதும்
பாவிகளாகிய எங்களை
தயை பண்ணி ரட்சியும் சுவாமி.
ஆமென்.

25-12-2019

நடுநிசி மழை

நடுநிசியில்
மூடிய ஜன்னலுக்கு வெளியே பெய்யும் அடர் மழையில்
குளிப்பாட்டப்படும் பிணத்தைப் போல
மௌனித்துக் கிடக்கிறது நகரம்.

காற்றில்லாமல் ஒரே சீராகப் பெய்யும் மழையின் ஓசை
நிசப்தத்தைப் போல இறுகிக் கிடக்கிறது.

நள்ளிரவில் எரியும் தெருவிளக்குகளின் மீதும்
மாமனிதர்களின் சிலைகளின் மீதும்
சாலையோரத்தில் நிறுத்தப்பட்டு
வண்டியோட்டிகள் உள்ளே தூங்கும் லாரிகளின் மீதும்
மாடியில் கொடிக்கயிறுகளில் காயப் போடப்பட்டு
மறதியாய் எடுக்கப்படாமல் விடப்பட்ட துணிகளின் மீதும்
மழை வலுத்துப் பெய்கிறது.

தூக்கம் கலைந்த மண்புழுக்கள்
மழையில் கரையும் களிமண்ணில்
சுரங்கம் தோண்டிக் களிக்கின்றன.

வேர்கள் பின்னிக் கிடக்கும் இரண்டு செடிகளைப் போல
என்னோடு படுக்கையில் இருக்கும் அவள் கேட்கிறாள்
"மழையா பெய்யுது?"

9-6-2020

நத்தை எனும் அர்த்தநாரி

மழை இரவுகளைக் கொண்டாடும் நத்தையின்
அகராதியில் ஆண் பெண் இல்லை.
தனக்குத்தானே புணர்ந்து
தனக்குத்தானே முட்டையிட்டுக் கொள்ளும்
நத்தையின் ஓடு
கோடையில் வாடிய வாகைமர நிழலில்
உலர்ந்து போய் கிடக்கிறது.
கண்ணுக்குப் புலப்படாமல் மிருதுவாக நகர்ந்த
நத்தையின் கடிகார முட்கள்
இப்போது ஸ்தம்பித்து விட்டன.
நொள்ளை தரையில் இழுத்துச் சென்ற ஈரக் கோடு
இப்போது இல்லை.
நத்தைக்கு இப்போது என்ன ஆச்சு?
பதில்கள் நத்தையின் சுருள் கூட்டுக்குள்
நிழலில் சுருண்டு படுத்துள்ளன.
இயற்கை எப்போதும் எதையும் போதிப்பதில்லை.
கேள்விகளுக்கான பதில்கள்
தேடிக் கண்டெடுக்கப்படும்வரை
காத்திருக்கிறது இயற்கை.

31-5-2020

பி.கு: "நொள்ளை" என்று நத்தையை அகநானூறு குறிப்பிடுகிறது.
"கள்ளியங் காட்ட கடத்திடை உழிஞ்சில்
உள்ளுள் வாடிய கரிமூக்கு நொள்ளை"

பகடி

வாழ்க்கை ஒரு கோமாளி.
என்னைச் சிரிக்க வைப்பதற்கு சதா முயல்கிறது.
சிரிப்பதை நிறுத்திவிட்டால்
நான் அழத் தொடங்கி விடுவேன் என்பதால்
அது பலவித சேஷ்டைகளைச் செய்து கொண்டே இருக்கிறது.

விதி புகைத்துத் தூக்கிப் போட்ட
பாதி எச்சில் சிகரெட்டை எடுத்து நான் புகைக்கிறேன்.
விதியின் அதிகாரத்தைக் கேலி செய்வதற்காக
சிகரெட்டைப் புகைத்தபடி அதன் முன்னால்
சாவுக் கூத்தின் சில அசைவுகளை ஆடிக் காட்டுகிறேன்.

குறும்புக்கார சிறுவனை அடிக்கத் துரத்துகிற
அன்னையைப் போல
விதி என்னைத் துரத்திக் கொண்டு ஓடி வருகிறது.
அதன் கையில் எனக்குப் பிடித்த பரிசு ஏதெனும்
மறைத்து வைத்திருக்கிறதா
என்று திரும்பிப் பார்த்துக் கொண்டே நான் ஓடுகிறேன்.

வாழ்க்கை எனும் பலசரக்குக் கடைக்காரர்
நான் கேட்டேயிராத பொருட்களை எல்லாம்
என் கையில் திணிக்கிறார்.
நான் கேட்ட பொருட்களை
நான் கடையில் மறந்து வைத்து விட்டதாகச் சொல்லி
அவை தேவைப்படாத நேரத்தில்
என் வீட்டுக்கே வந்து கொடுக்கிறார்.
நான் சிரிக்கிறேன்
அழாமல் இருப்பதற்காக.

12-6-2020

காலம்

காலம் ஒரு ராட்சச சிலந்தி.
அது ஒரு பிறவி ஊமை.
வாழ்க்கையை அது என்னோடு விவாதிப்பதே இல்லை.
வெட்டுக்கிளிகள் போலவோ சில் வண்டுகள் போலவோ
காலம் சப்திப்பதில்லை.
மௌனமாகவே எதையாவது செய்துவிட்டுப் போய்விடுகிறது.

உலகின் எல்லா மூலைகளிலும்
மௌனமாக வலை பின்னிக் கொண்டே போகிறது..
ஆண்கள், பெண்கள்,
திருநங்கைகள், திருநம்பிகள்,, சுயபாலின மோகிகள்
எல்லோர் மீதும் எச்சில் துப்பி
இறுதியில் திரவமாக்கித் தின்று விடுகிறது.

10-6-2020

குற்றமும் தண்டனையும்

அதிகாலையில் சிறைக்கு வெளியே இருக்கும்
வெட்ட வெளியில்
காத்திருக்கிறது தூக்கு மேடை
ஒரு அப்பாவி அல்லது குற்றவாளியின்
மரணத்துக்காக.

கழுத்தை இறுக்கப் போகும் மணிலா கயிறு
பலமாயிருக்கிறதா என்று
பரிசோதிக்கிறது விதி.

இறுதியாக அவன் முகம் மூடப்படுகிறபோது
அவனை அத்தனை குற்றங்களுக்கும்
தயார்ப் படுத்திய பெரிய மனிதர்கள்
நிம்மதியான அதிகாலைத் தூக்கத்தைக்
கொண்டாடிக் கொண்டிருக்கிறார்கள்.

முகத்தை மூடுமுன்
மரண தண்டனையை நிறைவேற்றப் போகும்
அதிகாரியின் உள்ளங்கையில்
ஒரு முத்தத்தைப் பரிமாறுகிறான்
சாகப் போகிறவன்

எல்லாம் யோசித்து முடிக்கையில்
இறுதியில் கையில் எஞ்சப் போவதெல்லாம்
அன்பு, அன்பு, அன்பு மட்டுமே.

16-3-2020

வரவர வார்த்தைகள் மீதே...

வரவர வார்த்தைகள் மீதே எனக்கு
நம்பிக்கை அற்றுப்போச்சு.

நான் சொல்ல
மற்றவன் வேறோன்றாய்ப் புரிந்து கொள்ள
விளக்கம், மறுவிளக்கம்
விளக்கத்திற்கு விளக்கமெனப்
புதராய் மண்டி புற்றாய் வளரும்
வார்த்தைகள்.

தூங்குகிறவன் உடம்பில்
வெளிச்சத்தால் தட்டி எழுப்பியதுபோல
வீணாகிப் போச்சு எல்லாம்.

"என் ப்ரிய நண்பனே"
என்பதின் பொருள்
"நீ எனக்கு அதிகம் தேவைப்படுகிறாய்"
என்பதாய் இருப்பின்
வார்த்தைகள் ஏன் இன்னும்
வழக்கொழிந்து போகவில்லை?

மீன்கள்
கண்ணாடித் தொட்டிக்குள் துப்பும்
காற்றுக் குமிழிகளாய் வார்த்தைகள்...

பஸ்ஸில், பள்ளியில்
பார்லிமெண்டில்
படுக்கையறையிலும்...
வெறுமனே உடைந்து வீணாய்க் கரையும்.

வரவர வார்த்தைகள் மீதே எனக்கு
நம்பிக்கை அற்றுப்போச்சு.

அந்நியன், 1982

மணலுக்குக் கீழும் நதிகள்

நேற்று வரையிலும் தெரியாது
வெள்ளைப் புறாக்கள் எல்லாமே
அமைதியின் அடையாளம் அல்ல என்று.

வட்டமிட்டன தீவை.

வெள்ளைச் சிறகுகளின் மேல்
பெரிய மனிதர்களின் ரத்தக் கையெழுத்துகள்.

எரிக்கப்பட்ட நூலகங்களின்
சாம்பலைக் கழுத்தில் பூசியிருந்தன.

விரல் நகங்களில்
மருத்துவமனையிலிருந்து பலவந்தமாகப் பிடுங்கப்பட்ட
பிராணவாயுக் குழல்கள். மகளிரின் கூந்தல் அவற்றின் வாயிடுக்கில்.

அவை அலகில் கவ்வி வந்த சதைகள்
என்னிடம்
என்மொழியில் பேசக்கண்டு பதைத்தேன்.

"யாசித்துப் பெறுவதல்ல சுதந்திரம்
நாங்கள் அதை நேசிக்கிறோம்".

எல்லாம் முன்னரே முடிவு செய்யப்பட்டிருந்தன
மனிதர்களைக் காட்டிலும்
காகிதங்களும்,
கையெழுத்துக்களும் மிக உன்னதமானவை என்று.

பாலை மணல் வெளியில்
நதி வற்றி உலரலாம்தான்
ஆனாலும்
மணலுக்குக் கீழும் நதிகள் பாய்வதை
அறியுமோ புறாக்கள்.

முப்பட்டை நகரம், 1991

உருத்திரிபுகள்

நிகழ்ந்த வண்ணமே உள்ளன
உருத்திரிபுகள்.

குறிப்பாக மீன்கள்.

நீரில் மிதக்கும் மீன்கள்
இலைகளாய் மாறி
வீசும் காற்றிலேறி
வானில் மிதந்து
கொஞ்சநாளில்
நட்சத்திரங்களாகி
விடுகின்றன.

நான்
மீன்களைப் பேசுவதற்குப் பதிலாக
தண்ணீரைப் பேசிவிட
முடிவெடுக்கிறேன்.

தண்ணீரைப் பேசுவதற்குப்
பதிலாக
தாகத்தை.

தாகத்தைப் பேசுவதற்கு
பதிலாக
கோடையை.

குளத்தில் நீந்தும் மீன்கள்
கண்களாய் மாறி
கனவுகளைக் காணத் தொடங்கிவிடுகின்றன.

கனவுகளின் படித்துறைகளில்
இறங்கி
பாசியை விலக்கினால்
மீண்டும் மீன்கள்.

மூட முடியாத
வட்டக் கண்களோடு
கனவுகாண முடியாமல்
போய்விட்ட மீன்கள்.

இலைகளாய் மாறி
வீசும் காற்றிலேறி வானில் மிதந்தன.

நான் குனிந்து
என்னை நானே பார்த்துக்கொண்டேன்.
எனது வெள்ளை அங்கி
கருப்பாய் மாறி இருந்தது.

மின்துகள் பரப்பு, 2003

எரியும் சேரிகளின் நகரம்

அடிவயிற்றில்
கொழுந்து விட்டு எரிகிறது
அடிக்கடி
என் சேரிகளின் நகரம்.

உறக்க நடைபயிலும் நோயாளியைப்போல்
இரவின் விடியலில்
தெருநாய்கள் சிறுநீர் கழிக்கும்
சாம்பல் மேடாய் மாறிவிடுகின்றன
சேரிகள்.

இழப்பதெற்கென்று
உயிரை மட்டுமே வைத்திருப்பவர்களின்
நிழல்களிலிருந்தும்
பாதி எரிந்த உடல்களிலிருந்தும்
காற்று தேடுகிறது
எல்லா வாசல்களையும் மூடியிருக்கும்
ரகசியத்தை.

மறுநாள் காலையில்
சுடச்சுட காபியுடன் காத்திருப்போருக்காக
சாவின் செய்தியை
தூக்கக் கலக்கத்தோடு
விடிய விடிய அச்சிடுகிறது
அச்சு யந்திரம்.

தீயணைப்புப் படையின் நீரில் நனைந்த
சேரிகளின் தீக்கங்குகளை
அணையாமல் ஊதி ஊதி காப்பாற்றுகிறது
காற்று.

சேரி மக்களே
ஒரு நெருப்பாய் பற்றி எரியும் வரை.

மின்துகள் பரப்பு, 2003

ஓவியனும் காலமும்

அந்தியில்
என் ஓவிய அறையின்
வாசலுக்கு
வந்தது காலம்
பூனையின்
பாதங்களோடு.

மூன்று முகங்களையும் நீட்டி
"வரலாமா?"
என்றது.

ஓவியம் தீட்டும் சுவாரசியத்தில்
"ம்"
என்றேன்.

உள் நுழைந்த
காலம்
ஒரு நிமிடம் ஸ்தம்பித்தது.

"கொஞ்சம் அசையாமல் நில்
உன்னை
ஓவியமாய்த்
தீட்டிக்கொள்கிறேன்"

வெளிச்சமும்
நிழலுமாய்
இருகரம் வீசி நடந்தபடியே
புன்னகைத்தது.

உடைந்த பீங்கானில்
வண்ணங்களைக்
குழைத்தபடி

"தாவரங்களின்
மரகதப் பச்சையைக் கொடு"
என்றேன்.

வசந்த ருதுவுக்கு மலர்கள் தயாரிக்கும்
மும்முரத்தில்
என் கையில் கொடுத்தது
சருகுகளின் பழுப்பு நிறத்தை.

எப்போதும்போலவே
பாதியில் நிறுத்தப்பட்டது
என் ஓவியம்.

தூரிகையைத் துடைத்துப் போட்ட
கந்தல் துணிகளில்
வளர்கின்றன
இன்னமும் என் ஓவியங்கள்.

மின்துகள் பரப்பு, 2003

நதியின் சிற்பம்

எல்லா உறக்க நடையாளர்களின்
கனவுகளின் அஸ்திகளையும்
பிணங்களையும் மாலைகளையும்
நாகரீகங்களையும்
சுழல்களோடு நகரும் நீரில் இழுத்தபடி
நதி தன் பழமையைச்
சுமந்து நகர்கிறது.

கரையின் வெளியெங்கும்
கடலுக்குத் தான் சுமந்து செல்லும் செய்திகளை
பொடி மணலாய் வாரி நிறைத்தபடி
தன் பிடியில் சிக்கியவர்களை
பலவந்தமாய் இழுத்துக்கொண்டு
வேகமாய் நகர்கிறது நதி

மார்கழியின் குளிர் கரையும் நீரில்
குளிக்க வந்தவர்கள் எல்லோரும்
கரையேறிப் போனார்கள் என்றாலும்
பழமையின் அழுக்கைத் தின்னும் மீன்களோடு
ஞாபகங்கள் கூட்டம் கூட்டமாய் நீந்த
நதி நகர்கிறது
தினந்தோறும்.

அறிமுகமற்ற மனிதர்களின்
அந்தரங்க உறுப்புகளையும்
ஆசையோடு அள்ளித் தழுவி
உடம்பில் ஊறிய
முத்தங்களின் ரணங்களைத் தடவி
மகிழ்ச்சியில் மரத்துண்டுகளையும்
சிற்பங்களாய்ச் செதுக்கி
நினைவுகளின் நுரை கொப்பளிக்க
நகர்கிறது நதி.

ஒரு காலத்தில்
மலைச்சிகரக் காடுகளில்
இடியோடு பெய்த அடைமழையின்
நினைவுகளின் அலை பரப்பி
கையில் பிடித்தணைக்க முடியாத மழை மேகங்கள்
பிரதிபலிக்கும் பிம்பங்களை
சுழல்களில் சுழற்றி இழுத்தபடி
நகர்கிறது நதி
பழமையைச் சுமந்தபடி.

மின்துகள் பரப்பு, 2003

தோற்றவன் குரல்

நிராயுதபாணியாகப் போர் புரியும் என்னை
நீங்கள்
தோற்கடிக்க முடியாது.

நான்
ஏற்கனவே தோற்றவன்.

பல்லாயிரம் ஆண்டுகளுக்கு முன்னரே
என்னை நீங்கள்
தோற்கடித்து விட்டீர்கள்
கடவுளின் பெயரைச் சொல்லி.

பனிக்குடம் உடைந்து
உங்கள் உலகின்
சாதிவிஷம் கலந்த காற்றை
முதல் முறையாகச் சுவாசித்தபோதே
அழுதாயிற்று
நான் தோற்கப் போகிறேன் என்று.

இதுவரையிலும்
என் நிழல் கூட
உங்களைத் தீண்டாதவாறு
கவனமாய் இருந்திருக்கிறீர்கள்.

ஆனாலும்

ஆண்டாண்டு காலமாய்
என்னை
உட்கொண்டு வந்திருக்கிறீர்கள்

என்
வியர்வையில் விளைந்த
தானியங்களாக
பழங்களாக.

என்னை
அணிந்து வந்திருக்கிறீர்கள்

வெள்ளை
வெளேரென்று
வெளுக்கப்பட்ட ஆடைகளாக.

என்கையில்
கோடரியும்
அரிவாளும்
கொடுத்திருக்கிறீர்கள்

விறகு பிளக்க
அறுவடை செய்ய.

இப்போதும்
ஓர் ஆயுதத்தைக்
கொடுத்திருக்கிறீர்கள்
ஓட்டுச்சீட்டு.

என்
கையில் கொடுக்கப்பட்ட
எல்லா ஆயுதங்களையும்
நான்
உங்களுக்கு எதிராகப்
பயன்படுத்தாதைப்போல்

இதையும்
பயன்படுத்த மாட்டேன்
என்கிற
நம்பிக்கையோடு.

மின்துகள் பரப்பு, 2003

பிரிவு

தொலைபேசிக் கம்பங்கள்
அருகருகே
ஆனால் பேச்சற்று.

கரிந்து போய்க் கிடக்கின்றன
எங்களுக்குள் மோதி
தீப்பற்றிய விமானங்கள்.

கருப்புப் பெட்டியைத்
திறந்து பார்த்திடிலோ
எல்லாம் சரியாகவே உள்ளன.

பின் ஏன்
உதடுகள்
பிரிந்தன?

வார்த்தைகளை எரித்த சாம்பலை
நெற்றியில் பூசிக்கொண்டு

மௌனத்தின் அட்சரங்களை
தேடிக் கொண்டிருக்கிறேன்

யாருக்காக?

மின்துகள் பரப்பு, 2003

இன்று

மழையில் பளபளக்கும்
தேசிய நெடுஞ்சாலையில்

செத்துக் கிடக்கிறது நாய்.

அழுகி, நாற்றமடித்து
திரவமாய் மாறிப்போன நாயின் மிச்சம்
தெறித்துச் சிதறும்
என் கார் கண்ணாடி மீது.

ஊர்திக்குள் இருப்பவர்கள்
விடாமல் பேசுகிறார்கள்.

இனிமையான நிலவொளி பற்றியும்
பகிர்ந்து கொண்ட அன்பைப் பற்றியும்
திறமையுடன் பேசி முடிக்கப்பட்ட
வியாபார உடன்படிக்கை பற்றியும்.

சாலையை அகலப்படுத்துவதற்காக
இடிக்கப்பட்ட வீடுகள்
இருளில் மூழ்கும்
இருமருங்கும்.

காருக்குள் பேசிக்கொள்கிறார்கள்
தலிபான் வன்முறை பற்றியும்
அமெரிக்கா சாகடித்த அப்பாவிகள் பற்றியும்.

தண்ணீரைப் பீய்ச்சி அடித்து
கண்ணாடி துடைப்பானை ஓடவிட்டேன்.
ஆனாலும் தொடர்கிறது
என் பின்னால்,
செத்துப்போன நாயின் குரைப்பொலி.

மின்துகள் பரப்பு, 2003

மின்துகள் பரப்பு

குளிரூட்டப்பட்ட அறையில்
கூந்தல் மணம்.

மின்துகள் பரப்பில்
அவள் பெயர்.

கணிப்பொறி நோக்கி நடக்கையில்
பெண்மையின் நிழல்
என் மீது வருடி நகரும்.

வெளியே

நகரம் நடனமாடும் இரவில்
நட்சத்திரம் ஏதேனும் எரிந்து விழுந்திருக்குமோ?

நான் திரும்ப
அவளும் திரும்ப

மைதீட்டிய விழிகளைப்
பெரிதாக்கிக் காட்டும் கண்ணாடியில்
பிம்பமாய்ப் படியும் நான்.

இதுவரை கண்டுபிடிக்கப்படாத
ஏதோ ஒரு கிரகத்தில்
பொத்தெனப் போய் விழுந்தேன்.

அவள் பெயரில்
புதிதாக ஒரு கோப்பு திறக்கப்பட்டது.

சிவப்புத் தொலைபேசி
எனக்காக ஒலிக்க
எழுந்து சென்று செவியில் பொருத்தினேன்.

தொடர்பு துண்டிக்கப்பட்டிருந்தது.

இருப்பினும்
ஒவ்வொருமுறை மணி ஒலிக்கிறபோதும்
நான் எழுந்து செல்கிறேன்.

மின்துகள் பரப்பு, 2003

நதி

கூவமும் நதிதான்.
சாக்கடைகளின் மஹா சங்கமம்.

தூக்கி எறியப்பட்ட வண்ணங்களை வைத்து
நகரம் தீட்டிய நீர்வண்ண ஓவியம்.

கோடையிலும்
மணல் காட்டியது இல்லை அது.

ஜீவநதி.

அன்றாடம் தன்மேல் படியும்
குடிசை ரகசியங்களைப் பாதுகாத்தபடி
கம்பீரமாய் நகர்கிறது.

விளிம்புநிலை மனிதர்களின்
நாகரீகங்கள் நிர்மாணிக்கப்படுவது
இந்த நதிக்கரையில்தான்.

எரிக்கும் கோடையில்
துர்மணம் வீசும் குளிர்ந்த விரல்களால்
அது என் வியர்வை துடைக்கையில்

உணர்ந்தேன்
அதன் மனிதாபிமானத்தை.

முப்பட்டை நகரம் 1991

மழை நகரம்

மழையில் நனைகிறது நகரம்.
சுவர்க்கடிகாரமாய் நிலவு.

சோடியம் விளக்குகளின்
மஞ்சளில் தெரியும்
மழையின் அடர்த்தி.

பூக்காரியின் வாங்குவாரற்ற மல்லிகை
கூடைக்குள்ளேயே பூக்கும்.

ஜன்னல்கள் தோறும்
வாயில் கவ்விய குட்டியுடன்
வந்து நிற்கும் தாய்ப் பூனையை விரட்டி
கதவைத் தாளிடுகிறோம் நாம்

மழைக்கும் சேர்த்து.

மின்துகள் பரப்பு, 2003

பாண்டிச்சேரி கடல்

அதிகாலை 3.00 மணி

கடல் என்னிடம் எதையும் சொல்வதில்லை.
இருக்கிறது.

இருளின் அபூரிதக் கரைசலில்
கனத்துப்போன கடல் நீர் நிலவுக்குக் கீழே.

இறக்கும் முன்னர்
கருத்த உடம்பை முறுக்கிக்கொள்ளும்
ஒரு மாபெரும் விலங்கைப்போல
உயிரோடு புரள்கிறது.

தொண்டைக்குள் குமுறுகின்ற
புறாக்களைப்போல்
வலியில் சதா முனகுகிறது.

உடலிளைக்க ஓடுவோரும்
நாயோடு நடப்போரும்
இதை அறியாமல்
இன்னும் போர்வைக்குள்.

இருளின் அடர்த்தியில்
வானோடு கலந்துவிட்டது
கடல்
●

II

காலை 5.30 மணி

இருளின் தோல் மெல்ல மெல்ல
உரிகையில்

கடலின் குமுறலுக்கு எதிராக
காபிக்கடை ஸ்டவுகளின்
எரியோசை.

தொலைதூரப் புள்ளிகள்
கட்டுமரங்களாய் மலரும்.

சிவப்புக் காகித விளக்காய்த் தோன்றி
நெருப்புப் பிடித்து எரியத் தொடங்கும்
அடிவானில்.

மனிதர்கள் இப்போது
இருள் பூசிய அரூபநிலை தவிர்த்து
அடையாளங்களுடன் வருவர்.

கடற்கரையின் சிமெண்டு தரையில்
சிறுமியைப்போல் தத்தித்தத்தி நடக்கிறது
காகம்

நடப்பதின் சுகம் தேடி.
●

III

காலை 7.00 மணி

சளைக்காமல்
முதுகுக்குப் பின்னால்
சீறும் மனிதர்களைப்போல்

என் முதுகின் பின்

அலையெற்றி சீறும்
காலை 7 மணி கடல்.

தனக்கு
என்
முகம் காட்டாமல்
முதுகு காட்டிய கோபத்தில்

சூரியன்

பிடரியில் சுரீரென அடித்து
நடைபாதையில் என்னை

நிழலாய்த் தள்ளும்.
●

IV

மாலை 6.00 மணி

நேற்றைக்குப் பார்த்ததுபோல் இல்லை
இன்றையக் கடல்

ஆயிரம் தலைப் பாம்பாய்ப் படமெடுத்துப்
பாயவில்லை.

நடைபழகும் குழந்தையின்
தளர் நடையைக் கற்கிறது
அலை.

வெளிர் நீலவானில்
வெண்மை பூக்காத பிறை.

சாலை விளக்குகள் எரியத் தொடங்கிவிட்டதை
அண்ணாந்து பார்த்தால் மட்டுமே அறியலாம்.

மக்கள் மாலை என்று
அழைக்கிறார்கள் இதை.

பாறைகள் கூட
வேறு மாதிரியாகத்தான் தெரிகின்றன.

தாக்கும் அலைகளின் எதிர்நின்று போராடி
நகரத்தைக்
காக்கும் சிப்பாய்கள்போல்
தோன்றிய பாறைகள்

இன்று ஏதோ

காற்று வாங்குவதற்கென்று
வந்து
கடற்கரையில் அமர்ந்தாற்போல்.
●

V

இரவு 10.00 மணி

காதில் சதா
கடல் புரளும் ஓசை.

பிறந்த நகரத்தின்
அமைதி துயிலும் தெருக்கள்
அழைக்கின்றன அடிக்கடி.

அன்று மணலில் பதித்த
என் சுவடுகளையெல்லாம்
தின்றுவிட்டன அலைகள்.

இன்றைக்கும் சுவடு பதிக்க
இடம் கொடுக்கிறது
கடற்கரை.

ரத்தம்
கடல் நீரைவிட
அடர்த்தியானது அல்ல.

இடம், பொருள். ஏவல் கருதி
மாறும்

ரத்தத்தின் அடர்த்தி.

தெரியும் கடலுக்கு

திரண்டு புரண்டு
ஓசையுடன் கிளர்ந்தெழும் அலைகள் எல்லாம்
இறுதியில் வெறும்

உப்புநீர்க் குமிழிகள் என்று.

முப்பட்டை நகரம் 1991

ஆறுதல்

எனது மொழியின்
சொற்களைச் சுமந்து வருகிறது காற்று
எல்லாத் திசைகளிலிருந்தும்.

கால்களின் கீழே
கடல்களால் பிரிக்கப்பட்ட நிலம்.

சூரியன் சாய்த்த என் மூதாதையர்களின் நிழல்
தீவுகளைத் தாண்டி மேற்கு நோக்கி நீள்கையில்
காணாமல் போகும் என் சொந்த உடல்.

பனைமரங்களின் சலசலப்பையும் மீறி
உரத்த குரல் கொடுத்துப் பதைக்கும்
உள்ளூர் காக்கைகள் எனக்காக...

அந்நிய நகரங்களின் சில்லிட்ட தெருக்களில்
சாதிபேசும் தமிழ் நாவுகளின் முனையில்
முறிகிறதென் நம்பிக்கை.

என் ஒரே ஆறுதல்
திசைகளின் சிறகுகள் தோறும்
என் மொழியின் மகரந்தம்.

மின்துகள் பரப்பு 2003

நகரத்தில் இரவு

அடுக்கு மாடிகளில் வாழ்பவர்கள்
சூரியனை
கான்கிரீட்டில் புதைத்தாயிற்று.

சேரிக்குடிசைகளுக்குப் பக்கத்தில்
சாக்கடை நீரில்
விழுந்தது நிலா.

சோடியம் விளக்குகளின்
மஞ்சளில் நனைந்த மனிதர்கள்
தொலைக்காட்சிப் பெட்டி முன்னால்
மரத்துப் போனார்கள்.

நடைபாதைவாசிகளின்
அடுப்பு நெருப்பு
கொதிக்கும் மீன்குழம்பை ருசிபார்க்க
தீ நாக்குகளைச் சட்டிக்குள் நுழைக்க முயலும்.

கழிவு நாறும் பாதாள சாக்கடைகள் மேல்
அகண்ட பிளாட்பாரங்கள்
பாதசாரிகளை
நடமாட அழைக்கும்.

கருப்புப்பண உபயத்தில்
கும்பாபிஷேகம் கண்ட கோபுரத்து
நியான் விளக்கு முணுமுணுக்கும்
"சிவ சிவ"

மலைக்குப் போகும்
'சாமி'களுக்கென்று
தனியாகக் குவளைகளும் உண்டு
மலிவுவிலை சாராயக்கடைகளில்

பின்னலிட்டு பூச்சரம் சுற்றி
அழுக்குப்புடவையில்
வாடிக்கையாளர் வரவு பார்த்திருக்கும்
பாதையோரத்து உல்லாசம்.

சாக்கடை நீரிலிருந்து
நிலா மறைகிறபோது
தோட்டி வேலைக்குத்
தயாராய் விரையும்
அந்த முதல் காக்கை.

முப்பட்டை நகரம், 1991

மியூசியம்

பசியிலிருந்து தப்பிக்க
தூக்கம்
மிக உசிதம்.

மியூசியம்
படிகளில்
தூங்குவதென்றால்
இன்னும் உன்னதம்.

புராதனமானது
பசியைக் காட்டிலும் வேறென்ன?

மஞ்சள் பூத்துப்போன
எலும்புக்கூடுகளோடும்
துருப்பிடித்த பீரங்கிகளோடும்
தூங்குகையில்

இறந்த காலத்தின் உள் புதைந்த
மரண அமைதியுடன்
இன்றைய உலகின்
உயிர்த் துடிப்புள்ள ஒரு பகுதி
கலந்துவிடுகிறது.

வெளியே
தளிர்கோதும் மைனாக்கள்
சதா ஒலியெழுப்புகின்றன.

உள்ளே

நூற்றாண்டுகளுக்கு முன்னரே
வெடிக்க மறந்துபோன துப்பாக்கிகளுக்கு
எண்ணெய் பூசிக் கொண்டிருக்கிறார்கள்.

முதுமக்கள் தாழிகள்
நொறுங்கிய
தங்கள் வயிறுகளுக்குள்
எதிர்காலத்தை
ஏப்பம் விடுமோ என்கிற
அச்சம் ஏதுமின்றி.

ஒளிக்கற்றைகளுடன்
ஓடிப்பிடித்து விளையாடும்
உதிர்ந்த சருகுகளை

ஊதிப்பறக்க விடுகிறது காற்று.
குளிர்ந்த காற்று

உறங்குவதற்கா
விழிப்பதற்கா?

முப்பட்டை நகரம் 1991

தனிமை

அவுரங்காபாத்தின்
அந்நியமான விடுதியின்
அழுக்கு நாறும் மெத்தையில்
மேலும் புதையும் உடம்பு.

குப்பிக்குள்
மேகமாய் உறைந்துபோகும்
தேங்காய் எண்ணெய்.

அடர்த்தி கூடிவிட்ட
பிரிவு.

நட்சத்திர ஓட்டல்கள் முன்
கார்களின்
வழுவழு உடம்பில்
பனித்துளி பல்புகள்.

உள்ளே
அஜந்தா கனவுகளுடன் உறங்கும்

அயல்நாட்டுப் பயணிகள்.

சாவின் தனிமையை
வெள்ளைக்கல்லில்
உரத்து உச்சரிக்கும்
'பீபி கா மக்பாரா'

நிலவின் குளிரில்
பிரேதமாய்ச் சில்லிட்டுப்போகும்.

மராட்டிய வெள்ளைக் குல்லாய்க்குக் கீழே
புகையிலை மென்ற
கரும்பற்கள்.

நினைவுகள்
நிறம்மாறும் எனக்குள்.

முப்பட்டை நகரம் 1991

புள்ளி

காகிதத்தில்
நான் வைத்த ஒற்றைப் புள்ளி
இயக்க அலைகளை
எல்லாத் திசையிலும் எழுப்பும்.

நட்சத்திரப் புள்ளிகளின்
தொகுப்பில் வழிகிறது பால் வீதி.

கோடு
புள்ளிகளின் தொகுப்பன்றி
வேறென்ன?
புள்ளியில் தொடங்கும் பயணம்
கடல்தேடி புறப்பட்ட நதியாகிறது.

வெள்ளைக் காகிதத்தின்
வெறுமைக்குள் புதைந்திருக்கும்
சித்திரத்தைத் தேடி
ஓடுகிறது கோடு.

தேடி அலுத்த பின்னால்

தெரிகிறது
சித்திரம் காகிதத்தில் இல்லை.
கண்ணுக்குள் இருக்கிறதோ?
இல்லை அங்கேயும்.

கண்டவனின், காண்பவனின்
மனசுக்குள், ஆழத்தில்
கிணற்றுக்குள் வீழ்ந்துவிட்ட பூனையாய்
ஓயாது ஒலியெழுப்பும்
ஓராயிரம் சித்திரங்கள்.

முப்பட்டை நகரம் 1991

இசை மரம்

மரம்
இசையால் நிரம்பியது
அதிகாலையில்

ஈரக்காற்று முழுவதும்
இசைக்குறிப்புகள்.

அடிவானத்து மேகங்களில்
இசையின் கசிவு.

வானம் முழுவதும்
இசையைப் பூசின
சிறகுகள்.

கடற்கரைச் சாலையில்
வாகன நடமாட்டம் தொடங்க
காணாமல் போயிற்று இசைமரம்.

முப்பட்டை நகரம் 1991

எந்திரக் காதல்

என் உடம்பை நேசிப்பதுபோல்
எந்திரங்களின்
ஒவ்வொரு பகுதியையும்
நேசிக்கிறேன்.

சக்கரத்தைக் காட்டிலும்
உன்னதமான ஒரு பூவை
நான் இதுவரையிலும் பார்த்ததில்லை.

சைக்கிளைத் தள்ளிக்கொண்டு
நான் நடந்து செல்கையில்
ஒரு குதிரையை
நீரருந்த அழைத்துச் செல்வதுபோல்
உணர்கிறேன்.

தோலால் செய்த அதன் இருக்கை
தாயின் மடியைக் காட்டிலும்
ஆதரவானது.

திரவமாய் உருகி ஓடும் என் கனவின்
ஒரு உலோகச் சிற்பமாய்
சைக்கிள்.

மின்துகள் பரப்பு 2003

வ.ஐ.ச. ஜெயபாலன்
சில கவிதைகள்

சென்று வருக இர்பான்கான்

நீரற்ற 'தார்' பாலை வனத்தில்
போராடும் செவ்வெருக்கு பூக்ககள்
விருந்தில் மகரந்த மொய் எழுதி
தேன் சிட்டுகள் பாடும்
ராஜஸ்தானின் மாகலைஞா.

தோல்வி புழுக்கூடாக
வானவில்லாய் சிறகசைத்தாய்.
போதியாய் நோய் வளர
இந்தப் பிரபஞ்சம் நீ அளந்தாய்.

"உலகமோர்
பொது மருத்துவமனை,
நகரத்து மைதானம்
இது யாருக்கும் சொந்தமில்லை"
என்கிறாயே
கொரோனா ஊரடங்கில் நொந்த
எல்லோரும் தலை அசைத்தோம்..

இர்பான்கான்
"கல் குழிய ஓடுகிற பேராற்றில்
கடல்சேரும் தக்கை போல் பிசகாது
ஆருயிர் தன் வீடடையும்"
என்கிறான் பூங்குன்றன்.
நீயும்
வாழ்வுக்கும் சாவுக்கும் நடுவே
மறுபாதை இல்லை.
போகவிடு" என்கின்றாய்.

போய்வா இர்பான்கான்

30.04.2020

மாடிக்கு வந்த குரங்கு

காலை மாலை பூக்கிறதும்
வண்ணத்துப் பூச்சிகள் சிறகசைய
வானவில் எழுதுறதும்
மைனாக்கள் வந்து கவிதை பேசிறதுமாய்
இந்த கொரோனா ஊரடங்கிலும்
உயிர்க்கும் என் மாடித்தோட்டம்
எந்த ஆடுகளுக்கும் எட்டாது என
மகிழ்ந்திருந்தேன்.

எதிர்பாரத வேடிக்கைகளால்
எழுதப் படுவதல்லவா வாழ்வு.
காலையில் எங்கிருந்தோ குதித்ததே
ஒரு குரங்குக் குட்டி.
நம்மமாடிக்கு குரங்கு வராது என்கிற
இந்த மிதப்பில் இருந்தல்லவா
காவியக் கதைகள் ஆரம்பமாகிறது?

குரங்கின் காடுகளை விடவும் அழகிய
மாடித் தோட்டமும் உண்டோ?
இந்த மலரும் குரங்கும்
நான் கொண்டு வந்ததல்ல.
குறும்புக் குரங்கை விரட்ட மனசுமில்லை.
பல்லுயிர்களின் கொண்டாட்டமல்லவா வாழ்தல்.

03.04.2020

கொரோனாவை தாண்டி

மலர்கிறது முல்லை
கமகமவென சுவர்க்கமாய் உயர்கிறதே
என் மாடித்தோட்டம்.
கிருமியை அஞ்சி ஊரடங்கிய சென்னையின்
மரண அமைதி அதிர
கருவண்டு இசைக்கிறது
"அஞ்சாதே தோழா" என்னும் பாடல்.

அமேசன் காட்டுத் தீயையும் மிஞ்சி
உலகை வேட்டையாடுதே கொரோனா.
அடாது கொட்டும் வெண்பனியையும்
விழாவாய்க் கொண்டாடும்
ஒஸ்லோ நகரும் முடங்கியதே.
கூதிரில் தனித்த என் மனைவிக்கு
பூக்களும் இல்லை.
எனினும் எனினும்
இடுக்கண் வருங்கால் நகைக்கும்
புதல்வர்களை விட்டு வந்தேனே..

வெற்றியெனக் கோரோனா கிருமிகள் துள்ளும்
பெசன்ற்நகர் கடற்கரையில்
கைவிடப்பட்ட படகுகளில் அஞ்சாமல்
நண்டுகள் தொற்றும் இரவில்.
குடிசைகளுள்
படகெனத்துயிலும் பெண்டிர் மார்பில்
வலிய விரல்கள் ஊர்கின்றன.

சாத்தானே அப்பாலே போ.
மனிதர்கள் கைவிடப்படுவதில்லை.
ஒருபோதும் வெல்லப்படுவதுமில்லை.

கூதிர் - WINTER
24.03.2020

பாடா அஞ்சலி

உதிர்கிற காட்டில்
எந்த இலைக்கு நான் அஞ்சலி பாடுவேன்?

சுனாமி எச்சரிக்கை கேட்டு
மலைக் காடுகளால் இறங்கி
கடற்கரைக்குத் தப்பிச் சென்றவர்களின்
கவிஞன் நான்.
பிணக்காடான இந்த மணல் வெளியில்
எந்தப் புதைகுழியில் எனது மலர்களைத் தூவ
யாருக்கு எனது அஞ்சலிகளைப் பாட.

வென்றவரும் தோற்றவரும் புதைகிற உலகோ
ஒரு முதுகாடாய் உதிர்க்கிறது.
எந்தப் புதைகுழியில் என் மலர்களைச் சூட
எந்த இலையில் என் அஞ்சலிகளை எழுத...

இந்த உலகிலும் பெரிய இடுகாடெது?
பல்லாயிரம் சாம்ராட்சியங்களைப் புதைத்து
புதிய கொடிகள் நாட்டப்படுகிற
பெரிய அடக்கத் தலம் அது.

நடுகற்களின் கீழ்
அடிபட்ட பாம்புகளாய்
கிழிந்த எங்களூர்ச் சிறுமிகளின்
இறுதிச் சாபங்கள் அலைகிறதே.
எந்த சாபத்துக்கு நான் கல்வெட்டுப் பாடுவேன்.

அகலும் வலசைப்பறவைகளின்
புலம்பல்கள் தேயும் மண்ணில்
மொட்டை மரங்கள் பாடுகின்றன
"வரலாறு காடுகளைப்பூக்கச் செய்யும்."

- *2017*

ரூமிக்கு

நலமா ரூமி,
கவிஞர்களின் கவிஞரே
உலரும் நமது உடலும்உயிரும் செழிக்க
மது வார்க்கிறவர்கள் எங்கே?
சுவர்கத்து நூலேணிகளில்
இறங்கி வருகிறதே வசந்தம்.
பாரசீக ரோஜாவோ,
மதுரை மல்லியோ தேன் சிந்துமுன்னம்
நம் இதயங்கள் திறக்க வேண்டுமே?.

"இதயம் திறக்கும்வரை
உடைத்துக் கொண்டிரு" என்கிறாயே ரூமி.
ஆம், மூடிய இதயம்
சிறையிலும்கொடிதே.
ஆனாலும் உடைந்த இதயம்
நினைவின்ஆறாப் புண்ணல்லவா?
என்போல் நீயும்
தகிக்கும் படைப்பு வெறியில் உளறுகிறாய்.

அவசரப்படாதே ரூமி,
இது எப்பவுமே திறந்திருக்கும் மதுக்கடை.
நானோ இதயம் எப்பவும்
இயல்பாக பூக்குமென காத்திருப்பவன்.
உலகில் முத்தமிட
அம்மாவாக சகோதரியாக தோழியாக
காதலியாக மகளாக
கடைசிப் பெண் இருக்கிற வரைக்கும்
மூடிய நம் இதயங்கள் மலராது போமோ?

ரூமி,
அவரவர் வழிகள் அவரவருக்கு எனினும்
அவசரப்பட்டு இதயத்தை உடைக்காதே.
வசந்த காலம் பூச்சி புழுக்களுக்குக்கூட
அழகிய நாட்களை வைத்திருக்கிறதே.
நீயும் காத்திரு.

அக்டோபர், 2019

பாவைக் கூத்து

அம்ம வாழிய தோழி,
பதிலுக்கு வாழ்த்தவும் மறந்து
யார் அவன் யாரென மீண்டும் வினவுதி,
உனக்கு வேறு வேலையே இலதோ?

அறிந்திலையோடி?
மச்சு வீட்டின் காவல் மறந்து
ஊரின் சந்து பொந்து மரத்தடி எல்லாம்
காதல் குறுஞ்செய்தி பெய்து அலையுமே
அந்த நாயின் சொந்தக்காரனடி.
போயும் போயும் அவனையா கேட்டாய்?

அறம் இல்லாது
ஒருத்தனுக் கெழுதிய காதல் சேதியை
பிரதி பிரதியாய்
பலருக்கு அனுப்பும் கைபேசிக் கிளியே
அவனே உனக்குச் சாலவும் பொருத்தம்
அப்பாலே போ.

பிரிக்கவேசூழும்பெண்விதி கொடிது.
இனி, பொம்மலாட்டப் பாவையை போல்
ஒருவர் சொல்லுக்கு ஒருவர் ஆடிய
இனிய நம் நாட்கள் போய்விடும் தோழி.
உந்தன் மழலை அவனை ஆட்டும் நாள்வரை
இனி அவனே உந்தன்பாவைக் கூத்தன்.

சரிதான் போடி உன்
நூறு நூறு குறுஞ் செய்திகளை
அவனுக்கே அனுப்பு.
காலை தோறும் எண்திசை வானில்
ஆயிரம் ஆயிரம்
சிறு வெண் கொக்குகள் பறக்க விடுகிற
கடற்கரையோரப் புன்னை மரமினி
என் துணை ஆகுக

- 2019

வேர்

நாற்பது வருடங்களுக்குப் பின்னும்
எங்கள் பல்கலைக்கழக மலைவேம்புகள்
முட்டி மோதித் தலையிடாதும்
சோடி பிரியாதும்
வேர்கள் கோர்த்த காதலுடன்
இன்னும் அருகருகாய்.
விடைபெறும் காதலரை வாழ்த்தி
புதியவர்களுக்குக் குடை விரித்தபடி.

அன்று கண் கோர்த்தும் மனம் கோர்த்தும்
புகலின்றி அலைந்தோமே
இப் புனித நிழல்களைக் காணும்வரை.

சாதி அற்று காதலர் சிறகசைப்பது
இருளின் வரமாய் மட்டு மிருந்த..
யாழ்ப்பாணத்தின் நடுவே
ஆண் பெண் விடுதலைப் பிரதேசமாய்
ஒரு பல்கலைக் கழகம் வருமெனவும்
அங்கு அஞ்சேலென மலை வேம்புகள்
நிழலாகுமெனவும்
என் பதின்ம வயசுகளில்
கனவுகூடக் கண்டதில்லை.

இனியை, ஆண்டு பலவானதடி
எங்கள் கற்பகதருக்களின் கீழ்
இன்று நான் மட்டும் தனியனாய்.
அவை என் தனிமை கண்டு ஆற்றாது
தம் பசிய இலை முகங்கள் வாட
சலசலவென பெருமூச்சு எறிகின்றனவே..
''மன்மதா எங்கே அவள்'' எனக் கேட்டால்
வேரற்று அலைகிற
பாவி மனிதன்நான் என் சொல்வேன்.

கண்ணீராய் நெஞ்சில் வீழ்ந்த நினைவில்
என் ஆன்மாவும் வேகிறதே.

இன்னும் முடியாத அந்த நீழிரவில்
சேவல்கள் கூவிச் சிவந்த விடிபொழுதில்
''மைதானத்தில் தவழ்ந்தாடும் காற்று
புல் நுனியில் பனித் துளிகளைச் சூட்டி
வித்தை காட்டுதா?'' எனக்கேட்டாய்.

.

இன்று புரிகிறது.
''வேரில்லா மனிதர் விதி'' என்னும்
காற்றின் வீதி நாடகமடி அது.

- 2018

நதி வட்டம்

கடற்கொள்ளை அடித்த முகில்
காமத்தில் மலையேற
குறுஞ்சிப் பூ மடிமீது
பெயல் நீராய் நெழிந்தேன்

யாருமற்ற மலைக் காட்டில்
தீயாக பூத்து
செம்பவளமாய் உதிரும்
'பலாச' மரங்களே வியக்க
பகல் ஒளியில் சிலம்பமாடி
வண்ணங்களாய் இறுமாந்தேன்.

பசிய கிளை உடைத்துப்
பசியாறும் யானை மந்தை நாண
மீண்டும் கிளைகளாய் நிறைந்து
குருத்தெறிந்து சிரிக்கும்
பச்சை மூங்கில்களின் கீழே
ஈழவரை நினைத்தபடி
மலைகளைக் கடந்து வந்தேன்.

வழி நீள வழி நீள
பாய்ந்தும் விழுந்தும்
தழுவியதேவதையர்
மார்பால் உரைத்துவிட்ட
கொச்சி மஞ்சள் கமழ
நெடுந்தூரம் வந்து விட்டேன்.

காற்றில் இப்ப கரிக்கிறது உப்பு.
கமழ்கிறது தாழம்பூ
இனிக்குது கடற் பறவை
இசைக்கிற நாடோடிப் பாடல்

சந்தனமாய்தேய்கிற வாழ்வில்
எஞ்சிய வானவில் நாட்கள்
போதை தருகிறது.
என்றாலும்
கடல் புகுந்த ஆறு, முகிலாகி
மீண்டும் மலையேறும்
நதி வட்டப்பெரு வாழ்வில்
முதுமை எது? சாவு எது?

இன்னும் நீராடவாராத
வனதேவதைக்காக
இறுதிவரை ஆறாய் இருப்பேன்.

27.06.2017

கவி நாயகி

வெண்பனிக் கோலமும் இல்லாத
புகை வண்ணக் கொடுங்குளிர் நாள்.
தேனீரால் உயிரை சூடாக்கியபடி
கண்ணாடி மாளிகையுள் இருந்தேன்

தூரத்துக் கரும் அணில்கள்
கோடையில் புதைத்த கொட்டைகளை
மீட்க்க அலைந்தன.
நானோ அந்த உறைந்த நெடும் பகலில்
சென்ற வருகையில் எனக்காக
நாளொரு பறவையும்
பொழுதொரு பூவுமாய்க் கமழ்ந்த
டொரன்டோ நகரின் நினைவுகளை
மீட்டிக்கொண்டிருந்தேன்.
சில கவிதையாய் சிறகசைத்தபடி.

கடந்த வசந்தகால வருகையைவிட.
இக்கொடுங்கூதிர் வருகை இனிதாகுமென
ஒருபோதும் நம்பவில்லை.
ஆனாலும் வாழ்வு
தேன் சிந்தும்விநோத விளையாட்டு
என்பதை அறிவேன்.

இருள் சூழும் அந்தப் பிற்பகலில்
மின்விழக்குகளும் நாண
இன்னும் சூளையுள் எரிகிற
செம்மண் தேவதையாய்
என்னை நோக்கி அவள் வந்த பொழுதில்
அச்சுடைந்த சூரியன்
வடதுருவ வானில் உருண்டது.
என்னை சூழ வனங்கள் பூத்தன
எங்கும் பறவைகளின் பாடல்கள்.

இன்னும் வெந்து கொண்டிருந்த
அந்த சுடு மண் தேவதையோ
புன்னகைத்து
என் ஆன்மாவை பற்றிக்குலுக்கியது

துருவகரடியே
நீளக் குகை துயிலும் கூதிரில்
நெடுந்துயில் சிதறி
உயிர்தெழுந்ததே என் கவி மனசு

(காலம் 2016)

உலா

எழு ஞாயிறு கசிய
பூத்தது விடலை வானம்.
வாழ்த்துடன் நிறைந்தன வலசைப் பறவைகள்.
எனினும் அன்பே
உலாவுக்கான உன் செல்பேசி அழைப்புத்தான்
இந்த வசந்த நாளை அழகாக்கியது,
வண்ணத்துப் பூச்சிகளாய் காற்றும்
பூத்துக் குலுங்கும் வழி நெடுக.
காவியம் ஒன்றின் இறை வணக்கம்போல
கைகளும் படாத வெகு நாகரீகத்தோடுதான்
உலாவை ஆரம்பித்தோம்.
காடு வருக என
கதவுகளாய்த்திறந்தது.
சிருஸ்டி வேட்கையில் உருவிப்போட்ட
கூறைச்சேலையாய்
வண்டாடும் மரங்களின்கீழ்
உதிரிப்பூ கம்பளங்கள்.

என் அன்பே
முகமறைப்பில் இருளில் இணையத்தில்
கண்காணா தொலைவில்தான்
இன்னும் தமிழ்பெண் சிறகசைக்க முடியுதென்பாய்..
முதலிரவுப் படுக்கையாய் பூச்சூடிய இந்தக்காடும்
விடுதலைப் பிரதேசமல்லவா

நீ முணுமுணுக்கும் பாடலை உரக்கப் பாடு
உன் மந்திர நினைப்புகளை ஒலி
தோன்றினால் சொல் கை கோர்க்கலாம்..

- 2015

நீலம்

தோழி
காலமாய் நுரைகள் உடைகிற மணலில்
சுவடுகள் கரைய
சிப்பிகள் தேடிய உலா நினைவிருக்கிறதா?
கடலிலிலும் வானிலும் தொடர்கிற நீலமாய்
நம்மிலும் எதோ படர்கிற தென்றேன்.
மீன் கொத்திய நாரையாய் நிமிர்ந்தாய்
உன் கண்களில் எனது பிம்பம் அசையும்.

ஆண்டு பலவாகினும்
நரையிலா மனசடா உனக்கென்றாய்.
தோழி
இளமை என்பது வாழும் ஆசை.
இளமை என்பது கற்றிடும் வேட்கை.
இளமை என்பது முடிவிலா தேடல்.
இளமை பிறரைக் கேட்டலும் நயத்தலும்.
இளமை என்பது வற்றாத ரசனை
இளமை என்பது நித்திய காதல்.
இளமை என்பது
அயராத ஆடலும் பாடலும் கூடலும் என்றேன்.

தோழா உனக்கு எத்தனை வயசு?
தோழி எனக்கு
சாகிற வரைக்கும் வாழ்கிற வயசு.

- 2011

சதுரங்கம்

சிருஸ்ட்டி வேட்கையில்
ஆனைமலைக் காடுகள் பாடுகிற
அந்தி மாலை.
அங்கு உயிர்க்கிற மந்திரக் கம்பளத்தில்
உன்னையே சுற்றுதடி மனசு.

இது தீராத காதலடி
நீதான் கண்டு கொள்ளவில்லை.
அதோ புல்லின்கீழ் கட்டெறும்பாய்
தொலை கீழ் மூங்கிற்காடுகளுள் ஊரும்
யானைபோல
உண்மையில் என் காதலும் பெரியதடி.

காமத்தில் சூரியன்
பொன்சிந்த இறங்கி வர.
நாணிப் புவிமகள்
முந்தானையாக முகிலை இழுக்கின்றாள்..
ஆகா அப்பன் குதிருக்குள் இல்லை என்கின்ற
உனது நாடகம் அல்லவா இது.

ஆண் பெண்ணுக்கிடையில
ஒரு கண்ணுக்குத் தெரியாத சதுரங்கப் பலகை
எப்போதும் விரிகிறது.
என்னோடு இன்னும் சிலரை
பந்துகளாய் எறிந்து ஏந்தி ஆடும்
வித்தைக்காரியில்தான் காதலானேன்.
அதனால் என்ன.
கீழே காட்டில்.
ஒரு மூங்கில் புதரை மட்டுமே மேய்ந்த
யானையும் இல்லை
ஒரு யானை மட்டுமே மேய்ந்த
மூங்கில் புதரும் இல்லை.

எதுவும் செய்..
ஆனால்
இறுதியில் நாம் மட்டுமே மிஞ்ச வேண்டும்.
நம் மரபணுக்களில் கவிதை கோர்க்க.

- 2011

பாலைப் பாட்டு

வேட்டையாடும்
பின்பனி இரவு அகல
புலரும் காலையில்
உன்னையே நினைந்து உருகிக்கிடந்தேன்.

அன்பே
மஞ்சத்தில் தனித்த என்மீதுன்
பஞ்சு விரல்களாய்
சன்னல் வேம்பின்
பொற்சருகுகள் புரள்கிறது.
இனி வசந்தம் உன்போல
பூவும் மகரந்தப் பொட்டுமாய் வரும்.

கண்ணே நீ பறை ஒலித்து
ஆட்டம் பயிலும் முன்றிலிலும்
வேம்பு உதிருதா?
உன் மனசிலும் நானா?
இதோ காகம் விழிக்க முழங்குமுன் கைப்பறை
இனி இளவேனில் முதற் குயிலையும்
துயில் எழுப்புமடி.

நாளை விழா மேடையில்
இடியாய்ப் பறை அதிர
கொடி மின்னலாய் படருவாய் என்
முகில் வண்ணத் தேவதை.

உன் பறையின் சொற்படிக்கு
பிரபஞ்சத் தட்டாமாலையாய்
சிவ நடனம் தொடரும்.
காத்தவராயன்ஆரியமாலா
மதுரை வீரன் பொம்மியென்று
பிறபொக்கும் மானுடம் பாடி
காதலிலும் இருளிலும்
ஆண் பெண்ணன்றி
சாதி ஏதென மேடையை உதைத்து
அதிரும் பறையுடன்
ஆயிரம் கதைகள் பறைவாள் என் சதுரி.

என் காதல் பாடினி
திராவிட அழகின்விஸ்வரூபியாய்
நீ ஆட்டம் பயிலுதல் காண
உன் உறவினர் வீடுகள்
சிறுத்தைக் குகைகளாய் நெரியும் தெருவில்
எப்படி வருவேன்?

வேம்பு உதிரட்டும் நீ உதிராதே
ஏனெனில் உதிராத மனிதர்களுக்கும்
உதிர்ந்த வேம்புகளுக்குமே
தளிர்த்தலும் பூத்தலும்.

நாளை நான் கிளை பற்றி வளைக்க
உன்னோடு சேர்ந்து ஊரும் கொய்து
கூந்தல்களில்சூடும் அளவுக்கு
பூப்பூவாய் குலுக்குமடி அந்த மொட்டை வேம்பு.

தேன் சிந்துமே வாழ்வு.

தோற்றுப்போனவர்களின் பாடல்

1

எல்லா திசைகளில் இருந்தும்
எழுந்து அறைகிறது
வெற்றி பெற்றவர்களின் பாடல்.
பாடலின் உச்சம் எச்சிலாய்
எங்கள் முகத்தில் உமிழ் படுகிறபோதும்
அவர்கள் அஞ்சவே செய்வார்கள்.
ஏனா?
அவர்களிடம்
தர்மத்தின் கவசம் இல்லையே..
எரிந்த மேச்சல் நிலத்தின் சாம்பரில்
துளிர்க்கும் புற்களின்பாடலைப்போல
தோற்றுப் போன எங்களுக்கும்
பாடல்கள் உள்ளன.
உரு மறைந்த போராளிகள் போன்ற
எங்கள் பாடல்களை
வென்றவர்கள் ஒப்பாரி என்கிறார்களாம்.
காவிய பிரதிக்கிணைகள் பல
புலம்பலில் இருந்தே ஆரம்பிக்கிறது.
அல்லல்பட்டு ஆற்றாது அழுத கண்ணீர்
செல்வத்தைத் தேய்க்கும் படை என்று
சொல்லப்பட்டுள்ளதே
தர்மத்தின் தோல்விகளில் இருந்து ஆரம்பிக்கிற
மாகாவியங்களில்
முன்னமே இது போல் பாடல்கள் உள்ளன.
காலம்தோறும் தோற்றுப்போன நீதியில் இருந்தே
புதிய வரலாறு ஊற்றெடுத்திருக்கிறது.

நாங்கள் இன்று தோற்றுப் போனவர்கள்.
இந்த நாட்களை
அவர்கள் கொண்டாடுகிறார்கள்.
தாராளமாக எலும்புத் துண்டுகளை வீசியபடி.
அவர்கள் போதையும் உற்சாகமும்
அச்சம் தருகிறது.
இரவு எந்த முகாமில் இருந்து
விசாரணைக்காக தமிழிச்சிகளை
இழுத்துச் செல்லப் போகிறார்களோ.
அல்லது ஒரு வேடிக்கைக்காக
எந்தக் கடலில் இந்திய தமிழர்களைச்
சுடப் போகிறார்களோ.
நாங்கள் அடக்கியே வாசிக்கிறோம்.
ஒன்பது முகத்தது இராவணனல்ல.
ஐந்து முகத்தது முருகனல்ல.
மூன்று முகத்தது ஒருபோதும் பிரம்மா அல்ல.
நாங்கள் வடக்குக் கிழக்காக
இருபுறமும் பல முகங்களைக் கொண்ட
அர்த்தநாரீஸ்வரர்கள்.
இதில் எந்த முகம் குறைந்தாலும்
அது நாங்களல்ல.
தேர்ந்தெடுத்தாலும்கூட தப்பாகிவிடும்.
சிறைநீங்கி எங்கள் மக்களும்
புத்தளத்துக்கு விரட்டப்பட்ட
முஸ்லிம் சகோதரர்களும்
வீடு திரும்ப வேணும்
ஒரு புதிய சகாப்தத்தைப் பிரசவிப்பதற்க்காக.

2

வென்றவர்களின் பாடல்கள் தளர்கிறது.
அவர்கள் இப்பவே களைத்துப் போனார்கள்.
ஏனெனில் அதர்மம் ஒரு நோய்க்கிருமி.
எங்களிடம் தின்னக்கூடியதை எல்லாம்
தின்று விட்டார்கள்.
இனி ஒருவரை ஒருவர் தின்பார்கள்.
சுண்ணாம்பு மஞ்சளைக் குங்குமமாக்குமாப்போல
சுயவிமர்சனம் தோல்வியை மருந்தாக்குமாம்.
எங்களை முடக்கும் நோகளுக்கான மருந்து.
அதுதான் எங்களுக்கிருக்கிற ஒரே தெரிவு.
சுய விமர்சனத்தால் தோல்விகளுக்கு மந்திரத்தன்மையாம்.
நம்மைச் சுற்றி நாமும் சேர்ந்து
எழுப்பிய சுவர்கள்போய் எதிரியைச் சூழுமாம்.
பெயர்ந்த புலம் ஆகாசம்.
களம் மட்டுமே நிலம்.
புத்திசாலியின் கோட்டை
எப்பவும் நிலத்தில் ஆரம்பித்து
ஆகாசத்துள் உயர்கிறது.
தோற்றவர்களோ இரத்தத்திலும் சேற்றிலும்
குலதெய்வங்களைத் தேடுகிறார்கள்.
அவர்கள் முள்ளிவாய்க்காலில்
எரி நட்சதிரமான தீபனைப் போன்ற
கருப்பசாமியை காத்தவராயனை
மதுரைவீரனை கண்டெடுப்பார்கள்.

இது புதிய குலதெய்வங்களின் காலம்
பால் வதையுண்ட பெண்களின் கோபம்
அம்மன்களாய் அவதரிக்கும்.
எரிந்த காடு துளிர்ப்பது போல
அடங்கிய வாசிபாய் நிகழ்கிறது என் பாடல்.
ஏனேனில் முதலில் நாம் வீடு சேர்ந்தாக வேண்டும்.
இரண்டாவதகவும் மூன்றாவதாகவும்கூட
நாம் வீடுபோய்ச் சேர்ந்தாக வேண்டும்.

3

எரிக்கப்பட்ட காடு நாம்.
ஆனாலும் எங்கள் பாடல் தொடர்கிறது
எஞ்சிய வேர்களில் இருந்து.
இறந்தவர்களுக்கான ஒப்பாரியாய்
தொலைந்தவர்களுக்கான அழைப்பாய்
இல்லம் மீழ்தலாய்
மீண்டும் மீண்டும் வாழும் ஆசையாய்
சுதந்திர விருப்பாய்
தொடரும்மெம் பாடல்.
இது என் சொந்தப்பாடலல்ல என்பதை
நாழைய விமர்சகன் துப்பறிந்திடலாம்.
உஸ்....!
தேம்ஸ் நதிக்கரைகளில்
இலையுதிர்ந்த செறி மரங்கள்
ஒத்திகை பார்க்கும்
வசந்தக் கனவுப் பாடலை
சுட்டே நான் இப்பாடலைப் புனைக்கிறேன்.

4

கலங்காதே தாய் மண்ணே.
வடக்குக் கிழக்காய் வீழ்ந்து கிடக்கிற
உன்னைக் காக்க
களபலியான நம் பெண்களின் மீது
சிங்கள பைலா பாடியும் ஆடியும்
பேய்கள் புணரும் கொடும் பொழுதினிலும்
உடைந்து போகாமல்
நாளைய வாழ்வின் பரணியையே பாடுக மனமே.
எரிந்த வேர்களிலும் உயிர்ப்பை
சேர்க்கிற பாடல் அது.
வணக்கத்துக்குரிய நம் மூதாதையர்களின்
எலும்புகள்மீது எந்தத்தீயும் நிலைக்காது.
ஆதலினால் இந்தக்
கருமேகச் சாம்பல் வெளியில் இனி
வானவிலாய் அரும் பென்று
பல் பூக்களை அழைக்கும்
பட்டாம்பூச்சிகளின் பாடலையே பாடுகமனமே.
உறவுகளின் ஓலங்கள் அமுங்க
இரங்கி ஒலிக்கும்
தோழ தோழியரின் முரசுகளே
இனி வாழ்வின் பரணியை இசையுங்கள்.

அம்மா
ஈழத்து மண்ணும் நீரும் எடுத்து
இன்பப் பொழுதொன்றில்
நீயும் எந்தையும்
அழகுற என்னை வனைந்தீர்களே.
இதோ என் ஐம்பூதங்களால்
உனக்கு வனைவேன் ஓர் அரண்.
உன்னை உதைக்கிற
கால்களை சபிக்காமல்
என்ன மசிருக்கு இந்த பாடல்.

5

சிதறிக் காட்டினுள் ஓடிப் பதுங்காமல்
மாயக் குழலூதி பின்னே
ஆற்றுக்குச் சென்ற எலிகளின் கதையில்
குழந்தைகளை இழந்த
ஹம்லின்நகரின் ஒப்பாரி
என் தாய் மண் எங்கும் கேட்கிறதே
என் தளரா நெஞ்சும் உடைகிறதே.
அல்லல் படும் மக்கள்
ஆற்றாதுஅழுத கண்ணீரின்முன்
எது நிலைக்கும்?
துளிர்க்கும் விடுதலைக் கனவைத் தவிர
எது நிலைக்கும்?
இன்றைய தேசங்கள்
முன்னைய சாம்ராச்சியங்களின் குப்பை மேட்டில்
மனிதர்களால் கட்டப்பட்டவை.
இங்கு ஆயிரம் வருசத்து எல்லைகள்
எதுவும் இல்லை.
இந்த தேசங்கள் சிலதின் புதைகுழியில்
நாழைய தேசங்கள் முளைக்கும்.
தன் மக்களை மண்ணிலும் கடலிலும்
வேட்டையாடும் தேசங்களுக்கு ஐயோ.

தன் மக்கள் மண்ணிலும் கடலிலும்
வேட்டையாடப்படுகையில்
பிடில் வாசிக்கும் தேசங்களுக்கும் ஐயோ.
இன்றும் உங்களுக்குச் சந்தர்ப்பம் உள்ளது.
நாளை பசித்த செம்பூதங்கள்
இந்துக் கடலிலும் கரைகளிலும் எழும்.
சின்ன மனிதர்கள்தானே என
சூழப் பகை வளர்ப்பவருற்கு ஐயோ
அவர்களோ அச்சப்பட்ட சிறியோர் கூடிக்
கட்டிப் போட்ட கலிவர் போன்றவர்.

6

நீதியற்ற வெற்றியில்
களி கொண்ட வீடுகளில்
நாளை ஒப்பாரி எழும்.
ஆனால் வெண்புறாக்களாய்க்
கொல்லப்படுபவர்
புலம்பி அழுத தெருக்களில்
நாளை குதூகலம் நிறையும்.
தீப்பட்ட இரும்பென
கண்கள் சிவந்தேன்
சபித்துப்பாடவே வந்தேன்.
முகமூடிகளும் ஒப்பனையுமற்ற
உருத்ரதாண்டவப்பாடலிது.
என் தமிழின்மீதும்
என் கவிதைகள் மீதும் ஆணையிட்டு
நான் அறம் பாடுகிறேன்.
நான் எனது சமரசங்களிலாத
சத்தியதின் பெயரால் சபிக்கிறேன்
எனது மக்களின் இரத்தத்தில்
கைகளும் மனங்களும் தோய்ந்தவர்களே
உங்களுக்கு ஐயோ.
தர்மத்தின்சேனையே
என்னை களபலியாக எடுத்துக்கொள்.

தர்ம தேவதையே
எப்பவுமே எதிரிக்கும் போராளிக்கும்
பணியாத தலை பணிந்து
உன்னை பாடித் தொழுதிரந்தேன்.
இனக் கொலைகளுக்குத் தண்டனை கொடு.
கொன்றவர்கள்,
கத்தி கொடுத்தவர்கள்
தடுக்காதவர்கள்
தடுத்தவரைத் தடுத்தவர்கள் மீதெல்லாம்
தர்ம சங்காரம்
ஊழித் தீயாய் இறங்கட்டும்.

7

ஆதித் தாயே கலங்காதே,
இனியும் தோற்றுப்போக
எங்கள் வரலாறு
முள்ளிவாய்க்கலில் கட்டிய
மணல் கோட்டையல்ல.
அது வட கிழக்கு மக்களின் வாழும் ஆசை.
மடியாத கனவுகள்
உன் கூப்பிட்ட குரலுக்கு
மெல்போணில் இருந்து
ரொறன்ரோ வரைக்கும்
ஏழு சமுத்திரங்களிலும்
தமிழர்கள் விழிக்கின்றார்..
உலகக்கோடியின் கடைசித் தமிழனுக்கும்
உனது விடுதலைக் கனவுதான் தாயே.

8

சூழும் வெட்டு முள் வேலிகள் அதிர
பகலில் எங்கள் இளைஞரின் அலறலும்
இரவுகள்தோறும் இழுத்துச்செல்லப்படுகிற
எங்கள் பெண்களின் ஓலமும்
உயிரை அறுக்குது.
சிங்களப் பயங்கரம் தாளாத முத்துக்குமரனாய்
தமிழகம் தீக்குளிக்கையில்,
இனக் கொலையின் சாட்சியங்களை
உலக மன்றுக்கு
சிங்கள பத்திரிகையாளரே கடத்திச் செல்கையில்,
ஏன் ஏன் எங்கள் தாயாதிகள்
நாடு நாடாய் சென்று
இனக்கொலைக்கு வக்காலத்து வாங்கினர்?
இந்தக்கொடுமையை எங்குபோய் உரைப்பேன்..
இந்தக் கயமையை எங்கனம் செரிப்பேன்.
"அவர் அறியாத்தே செய்யுன்னதன. அவர்க்கு மாப்பு நல்குக."

இந்திரன் - வ.ஐ.ச. ஜெயபாலன்

9

மொழியில் வேரூன்றி
நினைவுகளில் படர்ந்து
கனவுகளில் வாழ்கிற
புலம் பெயர்ந்த தமிழன்நான்.
இனி ஒரு இணையச் சொடுக்கில்
கோடி கோடியாய்
நம் கைகள் பெருகி உயர்கிற
நாட்கள் வருகுது.
வாழ்த்தாய் எழுக
நாழைய கவிஞரின் பாடல்கள்.
நான் இன்றைப் பாடும் நேற்றைய கவிஞன்
நாளையைப் பாடும் இன்றைய கவிஞர்காள்
எங்கள் அரசன் கட்டியதென்பதால்
கடற்கரை ஓரம் இடிந்து கிடக்கும்
பிழைபடக்கட்டிய
புதை மணல் கோட்டையை
அதன் பிழையோடு
மீழக்கட்டிக் குடிபுகும் அரசியல்
எந்த வகையில் விடுதலையாகும்?.
தவறிய வழியில்
தொடர்ந்து செல்வோம் என்கிற விடுதலை
எந்த வகையில் அரசியலாகும்?

முஸ்லிம் என்று
புத்தளக்களரில் வீசப்பட்ட நம்
அகதிகளுடைய முன்றில்களிலும்
தமிழர் என்று வதைக்கப் பட்டு
வன்னி விழிம்பில் சிறை பட்டிருப்பவர்
வாசல்களிலும்
கோழி காகத்தை முந்தி நான் சென்று
குடுகுடுப்பையை ஒலிப்பதைக் கேளீர்.
இது கோவில் மணியும் பள்ளிவாசலின் பாங்கும்
தேவாலயத்துப் பூசைப்பாடலும்
மீண்டும் ஒலிக்க
நல்லகாலம் வருகுதுவருகுது என்று
குறி சொல்லிப்பாடுகிற
கடைச் சாமத்தின் பாடல்
இனி பல்லியம் இசைத்தபடி
விடியலின் கவிஞர்கள் வருவார்.

10

சிறைப்பட்ட என் தாயே
தப்பி ஓடலில்லையம்மா.
ஒடுக்கப்படுகிற ஒரு இனத்தின் புலப்பெயர்வு
பின் போடப்பட்ட விடுதலைப் போராட்டம்.
நாம் உயிர்த்தெழுகிற பாடல் இதுதான்.
நாங்களும் வாழ்வோம்.
தமிழர் என்பதால் கால் நூற்றாண்டாய்
சேதுக் கடலில்
நாய்கள்போலச் சுடப்படுகிற
நாதியற்ற இந்தியர்களையும் காக்க வேணும்.
அன்னை மண்ணே
விடியல்கள் தோறும்
தொடைகளில் இரத்தம் சிந்தச்சிந்த
மரங்களின் கீழே குந்தியிருந்து
மூண்டெரிகிற நம் பெண்களுடைய
அன்னை மண்ணே,
எதிரிகளாலும்
இன்னும் திருத்தாத தவறுகளாலும்
தோற்கடிக்கப் பட்டு
வெட்டு முள்வேலிச் சிறைகளுள் வீழ்ந்த
அன்னை மண்ணே.

இனக் கொலை வெறியோடு
எம்மைத் துரத்தும்
சிங்கள எதிரியை மட்டுமல்ல
குறித்துக் கொள்
தப்பி ஓடிய நம் மக்களைத்தடுத்தவர்
எம்மக்களுக் கெதிராய் துப்பாக்கி நீட்டியவர்
நம் அண்ணன் தம்பி ஆயினும் சபிக்கின்றேன்
உலகின் எந்த மூலையில் ஒழித்தாலும் ஐயோ.
என் மக்களுள்ளிருந்து ஊற்றெடுக்காத
அதிகாரங்களை நிராகரிக்கிறது என் பாடல்..
களைத்தும் பசித்தும் தாகித்தும் இருக்கிற
புண்பட்ட தாயே
முதலில் நீ வீடு திரும்ப வேண்டும்.
உனக்கு இப்ப என்ன வேண்டும் என்பதை
ஆகாயத்தில் இருக்கிற நாங்களல்ல
களத்தின் சவால்களை எதிர்கொள்ளுகிற நீ மட்டுமே அறிவாய்.
நாளை என்ன வேண்டும் என்பதையும்
நாளை நீதான் காணுவாய்.
தாயே உன்னைப் பீடித்த பிசாசுகள் அல்ல நாம்
இனி என்றும் நாங்கள் உனது கை
அற்புதவிளக்குகள் மட்டுமே.

11

நினைவிருக்கிறதா தாயே
"எத்தனை காட்டுத்தீகளும் அணைந்தே போகும்
முகம் கொடுக்கும் புல்வெளிகளோ
பூத்துக்குலுங்கும்" என
வியட்னாம் எரிகையில் நான் பாடிய பாடல்.
என் அன்னை மண்ணில் நெருப்பிடை நின்று
இன்றும் அப்பாடலைபாடுக என் மனசே.

2009

தோற்றுப்போனவர்களின் பாடல்

2009 மே *17, 18*ம் திகதிகள் மனசுடைந்து தொடர்ந்து சிந்தியும் சினந்தும் சிவந்த கண்களோடு *2009* மே மாத இறுதி ஜூன் மாத ஆரம்பங்களில் எழுதி முடித்த கவிதை.
1000 வருடங்களுக்குப் பிறகும் வாசிக்கப்படப்போகிற எனது கவிதைகளுள் இக்கவிதை முக்கியமானதாக இருக்கும்.

பாலக்காடு

வண்ண ஆடைகளை
வானெங்கும் வீசிவிட்டு
அம்மணச் செஞ்சூரியன்
அரபிக் கடல் இறங்க
ஆகாச விளிம்பு பற்றும்.
நாமும் பகலின் பல்லக்குத் தூக்கி
களைத்துப்போய் இருந்தோம்.
கிளர்ந்து குன்றுதளுவும் முகிலின் ஈரக் கருங்கூந்தல்
இரப்பர் காட்டில் சரிந்து
கீழே அறுவடையாகும் வயல் மீதும்
சிந்திப்படர்கிறது.

வான்நோக்கும் அறுவடைக்காரி
முதல் துளியையே
குருவி எச்சமாய் அருவருத்து
நச்சு வசவுகளை உமிழ்கிறாள்.
நாளை அவளேவெட்கமின்றி
பொங்கலும் வைத்து
மழையே வா எனப் பாடுவாள்.
இது வாழ்வு.

வானில் இரவு தன்
இளம்பிறை மதுக்கிண்ணத்தை
உயர்த்தியாயிற்று.
என் தோழியோ பரபரக்கிறாள்.

இனி அவள் தன் மனசின்
ஒப்பனைப் பெட்டி திறப்பாள்.
முகம் ததும்பும் நட்பை
ஒட்டத் துடைத்து விட்டு
பகை பூசி போர்ச் சன்னதங்கள் எழுதுவாள்.
எதில் இருந்தும் கண்டுபிடிப்பாள்
ஒரு பெரும் தாக்குதலுக்கான கூச்சலை.
காலையே கிளம்புகிற பாவனையில்
தேன் கமழும் முன்னிரவின்
தலையை மிதித்து எழுவாள்.

யுத்த தந்திரங்களை அறிவேன்.
இது தந்திர யுத்தம்.
ஆனாலும் வழக்கம்போல்
காலை விடியும் ஒப்பனைகளின்றி.

- 2006

பாலக்காடு

ஒரு தோழியோடு பாலக்காட்டில் திரைக்கதை விவாதத்தில் ஈடுபட்டிருந்தேன். பகல் முழுக்க கதை விவாதம் நடக்கும். மிகவும் அன்பான தோழி. ஆனால் மாலைப் பொழுது கறுத்ததும் அவள் முகமும் கடுகடுப்பாகும்.

வரமுடியவில்லை அம்மா

வரமுடியவில்லை அம்மா
தீயினை முந்தி உந்தன்
திரு உடலில் முத்தமிட...

சிங்கமும் நரிகளும் பதுங்கும்
நீர்சுனையின் வழி அஞ்சி
உயிர் வற்றும் மானானேன்.
சென்னைச் சுவர் பாலை
துடிக்கும் பல்லி வாலானேன்.

தோப்பாகும் கனவோடு நீ சுமந்த
நறுங்கனிகளை தின்றதே
ஈழத் தமிழன் விதி என்ற
பேர் அறியா தேசத்துப் பறவை.
துருவக் கரை ஒன்றில்
அதன் பீயாய் விழுந்தேனே
என் கனிகளச் சுமந்தபடி

இறால் பண்ணை நஞ்சில்
நெய்தல் சிதைந்தழியும்
சேதுக்கரையோரம்
படகுகளும் இல்லை.
கண்ணீரால் உன்மீது
எழுதாத கவிதைகளைக்
காலத்தில் எழுகிறேன்...

- 2006

அம்மாவின் மரணச் சேதி கேட்டும் இலங்கை போக முடியாத போர்ச் சூழலின் துயருடன் சென்னையில் இருந்து எழுதிய அஞ்சலிக் கவிதை

அம்மா

போர் நாட்களிலும்கதவடையா நம்
காட்டுவழி வீட்டின் வனதேவதையே
வாழிய அம்மா.
உன் விரல் பற்றிக் குறுகுறு நடந்து
அன்றுநான் நாட்டிய விதைகள்
வானளாவத் தோகை விரித்த
முன்றிலில் நின்று எனைநினைத்தாயா
தும்மினேன் அம்மா.
அன்றி என்னை வடதுருவத்தில்
மனைவியும் மைந்தரும் நினைந்திருப்பாரோ?

அம்மா
அழிந்ததென்றிருந்த பச்சைப் புறாக்கள்
நம் முற்றத்து மரங்களில்
மீண்டு வந்து பாடுதாம் உண்மையா?
தம்பி எழுதினான்.
வலியது அம்மா நம்மண்.
கொலை பாதகரின் வேட்டைக் கழுகுகள்
வானில் ஒலித்த போதெலாம்
உயிர் நடுங்கினையாம்.
நெடுநாளில்லை இக் கொடியவர் ஆட்டம்.

இருளர் சிறுமிகள்
மேற்க்குத் தொடர்ச்சி மலையே அதிர
நீர் விளையாடும் ஆர்ப்பாட்டத்தில்
கன்னி மாங்கனி வாடையில் வந்த
கரடிக் கடுவன் மிரண்டடிக்கின்ற
கொடுங்கரை ஆற்றம் கரை வருகையிலே
எங்கள் ஆற்றை எங்கள் காட்டை
உன்னை நினைந்து உடைந்தேன் அம்மா.

என்னரும் தோழமைக் கவிஞன் புதுவை
உன்னை வந்து பார்க்கலையாமே.
போகட்டும் விடம்மா.
அவனும் அவனது
பாட்டுடைத்தலைவனும் மட்டுமல்ல
உன்னைக் காக்க
யானையின் மதநீர் உண்டு செளித்த நம்
காடும் உளதே.

- 2006

இன்றைய மது

உலகம்
விதியின் கள்ளு மொந்தை.
நிறைந்து வழிகிறது அது
மதுக் கிண்ணம் தாங்கியவர்களால்
எப்போதும் நுரைத்தபடி.
நேற்றிருந்தது வேறு.
இங்கே நுரை பொங்குவது
புதிய மது.

அது இன்றைய நாயகனுக்கானது.
நாளை கிண்ணம் நிறைகிறபோது
வேறு ஒருவன் காத்திருப்பான்.
நிச்சயம் இல்லை நமக்கு
நாளைய மது அல்லது நாளை.

எனக்காக இன்று சூரியனை
ஏற்றி வைத்தவனுக்கு நன்றி.
அது என் கண் அசையும் திசைகளில்
சுவர்க்கத்தின் கதவுகளைத் திறக்கிறது.
மயக்கும் இரவுகளில்
நிலாவுக்காக
ஓரம்போகிற சூரியனே
உன்னையும் வணங்கத் தோன்றுகிறதடா.

கள்ளூ நிலா வெறிக்கின்ற
இரவுகள் தோறும்
ஏவாளும் நானும் கலகம் செய்தோம்.
ஏடன் தோப்பினால் விரட்டி அடித்தோமே
கடவுளையும் பாம்பையும்.
இதைத் தின்னாதே என்னவும்
இதைத் தின் என்னவும் இவர்கள் யார்.
காதலே எமது அறமாகவும்
பசிகளே எமது வரங்களாகவும்
குதூகலித்தோம்.

எப்பவுமே வரப்பிரசாதங்கள்
வசந்தம் முதலாம் பருவங்கள் போலவும்
உறவுகள் போலவும்
நிகழ் தருணங்களின் சத்தியம்.

நிலம் காய்ந்த பின்
விதைப் பெட்டி தூக்கியவனுக்கு ஐயோ
பட்டமரம் துளிர்க்கிற மண்ணில்கூட
அவனது வியர்வை முளைப்பதில்லை.
போன மழையை அவன் எங்கே பிடிப்பான்.
அது ஈரமாய் காத்திருந்திருந்த சத்தியம்.
நனைந்த நிலத்தில்
உழுகிறவனின் கவிதையை எழுதுகிறது
ஏர்முனை.

காலியான விதைப் பெட்டியில்
காட்டுமலர்களோடுநிறைகிறது
கனவுகள்

- 2004

என் கதை

அவள் தனி வனமான ஆலமரம்.
நான் சிறகுகளால் உலகளக்கிற பறவை.
என்னை முதன்முதற் கண்டபோது
நீலவானின் கீழே அலையும்
கட்டற்ற முகிலென்றே நினைத்தாளாம்.
நானோ அவளை
கீழே நகரும் பாலையில் தேங்கிய
பாசி படர்ந்த குளமென்றிருந்தேன்.

ஒருநாள் காதலில் கிளைகளை அகட்டி
ஜாடை காட்டினாள்.
மறுநாள் அங்கிருந்தது என் கூடு.
இப்படித்தான் தோழதோழியரே
எல்லாம் ஆரம்பமானது.
தண்ணீரை மட்டுமே மறந்துபோய்
ஏனைய அனைத்துச் செல்வங்களோடும்
பாலை வழி நடந்த காதலர் நாம்.

அவளோ வேரில் நிமிர்ந்த தேவதை.
நிலைப்பதே அவளது தர்மமாயிருந்தது.
சிறகுகளில் மிதக்கும் எனக்கோ
நிலைத்தல் இறப்பு.
மண்ணுடன் அவள் எனை
வேரால் இறுகக் கட்ட முனைந்தும்,
நானோ விண்ணுள் அவளைச் சிறகுடன்
எய்ய நினைந்து, தோற்றுப் போனோம்.

இந்திரன் - வ.ஐ.ச. ஜெயபாலன்

உண்மைதான் அவளை
நொண்டி யென்று விரக்தியில் வைதது.
முதலில் அவள்தான் என்னைப் பார்த்து
கண்ட மரம் குந்தி, ஓடுகாலி
மிதக்கும்நரகல் என்றாள்.

ஒரு வழியாக இறுதியின் இறுதியில்
கூட்டுக்காகவும் குஞ்சுகட்காகவும்
சமரசமானோம்.
மாய உறவின் கானல் யதார்த்தமும்
வாழ்வின் உபாயங்களும்
காலம் கடந்தே வாய்த்தது நமக்கு
நம் காதலாய் அரங்கேறியதோ
உயிர்களைப் படைக்குமோர் பண்ணையார்
என்றோ எழுதிய நாடகச் சுவடி.

இப்போது தெளிந்தேன்.
சந்திக்கும் போதெலாம்
என் தங்க ஆலமரத்திடம் சொல்வேன்.
"ஆயிரம் வனங்கள் கடந்தேன் ஆயினும்
உன் கிளையன்றிப் பிறிதில் அமர்ந்திலேன்."
மகிழ்ந்த என் ஆலமரம் சொல்லும்
" என்னைக் கடந்தன ஆயிரம் பறவைகள்
என் கிளைகளில்அமர்ந்ததோ
நீ மட்டும்தான்.

இப்படித்தான் தோழதோழியரே
ஒரு மரமும் பறவையும் காவியமானது.

இல்லறம்

ஆற்றங்கரையில்
இன்னும் தோற்றுப்போகாத மரம் நான்.

இன்று தெளிந்துபோய்
புல்லும் சிலும்பாமல் நடக்கிறது காட்டாறு.
விடியலில் இருந்தே ஒளியைக் கசக்கி
ஹோலிப் பண்டிகைக் குறும்போடு
வண்ணங்கள் வீசி
தொட்டுத்தொட்டுடச் செல்கிறது அது.
நேற்று வெறிகொண்டாடியது தானல்ல என்பது போல.

எனது கன்றுகள்
முளைத் தெழுகிற நாள்வரையேனும்
கைவிட்டகலும் வேர்மண் பற்றி
பிழைத்திருக்கிற போராட்டத்தில்
நேற்று அடைந்த விரக்தியை மறந்தேன்
அது நானல்லஎன்பதுபோல.

நேற்றைய துன்பமும் உண்மை
நாளைய பயமோஅதனிலும் உண்மை.
எனினும் இன்றில் மொட்டவிழ்கிறதே வாழ்வு.
சிறகசைக்கிறதே வண்ணத்துப் பூச்சிகள்.
துள்ளி மகிழுதே பொன்மீன்கள்.

நமது அன்றாட மறதிக்குப்பரிசுதானே
இந்த நட்பும் வாழ்வும்.

- 1997

வாழ்வின் கவிதை

நீர்க்கரையின்கோரையிடை பாம்பின் கண்கள்.
புல்பூத்த தட்டானில் மயங்கும் தவளை.
துருதுருத்து மோந்தபடி கீரிப்பிள்ளை.
பசுமை இனிக்க மான் கிழை
வரும் தடத்தில்விரிகிறது மனிதன் கண்ணி.
அச்சத்தில் சாகாதவை வாழ்கிறது
இக்கணம்.
என்றும்போல் மருதமரம் செழிக்க ஊட்டியும்
வேர் அறுத்தும் நகர்கிறது பாலி ஆறு.

டைட்டானிக் கனவு மனிதா
உன் விஞ்ஞானவரை படத்தில்
ஏது மிதக்கும்பனிப்பாறை.
எனினும் உன்னால் இயலுமே
முழ்கையிலும் வயலின் மீட்டி
சாவையும் வாழ்தல்.
ஞான் அறியும்
நஞ்சு பருகவிதித்த பின்னும்
வாழ்ந்த ஒரு கிரேக்கத்து மனிதன் காதை.

இலக்கமில்லா வாகனம் ஊரும்
எதிரிகளின் துப்பாக்கி சுட்டும் போதும்
நண்பரது கொலைக்கரத்தால் விலங்கு பூண்டு
நாள் நேரம் காத்திருந்த வேளையிலும்

வாழும் ஆசை புதுவெள்ளமாய் பெருக
ஜீவநதியாய் இருந்தேன் என்பதன்றி
பெருங்கவிதை
என் வாழ்வில் வேறு ஏது.

கையில் கறையாக
பெண்கள் சிலரது கண்ணீர் மட்டுமே.
மனிதம் இழிந்து ஆண்மையாவதில்
பெருமைப்பட்ட
என் கவிதை சாயம்போன
அந்த நாட்களை வெறுக்கிறேன்.
ஆணை/பெண்ணை தாண்டி
மனிதம் அடைதலே விடுதலை.
கைகொடுக்கிற தோழி/தோழரால்
மீட்கப்படுகிறதே பாக்கியம்.

மோசமான கவிதைகள் எழுதியுள்ளேன்
ஆனால் எப்போதும் வாழ்ந்தேன்
நல்ல கவிதையாய்.
போர்க்களம் என்மீது இறங்கியபோதும்
சிங்களத்து தோழரை தோழியரை
முஸ்லிம் சகோதரரை சகோதரியைக் கேளுங்கள்.
எப்பொழுதும் மனிதனாகவே முயன்றேன்
அதுவே நான் எழுதிய நல்ல கவிதை.

தலை பணியாது
வாழும் ஆசையை இறுகப் பற்றுதலே
எனது கவிதை.

- 2002

சன்னல்: - இது ஒஸ்லோவில் 1990 டிசம்பர் எழுதப்பட்ட கவிதை. அப்ப நான் நோர்வீஜிய அபிவிருத்தி நிறுவனமான நோறாட் அமைப்பில் பகுதிநேர ஆலோசகராகப் பணியாற்றினேன். பகுதிநேர வேலையென்பதால் எனது வருமானம் குடும்பத்தை அழைக்க போதவில்லை. நிறைமாதமாக இருந்த மனைவிக்கும் இரண்டு வயசுப் பையனான என் மகனுக்கும் இன்னும் விசா கிடைக்கவில்லை என்கிற கவலை மனசில்...

நண்பர் பேராசிரியர் ஒய்விண்ட் புக்ஸ்ரூட் சன்னல் கவிதையை நோர்வீஜிய மொழியாக்கம் செய்தார். சன்னலின் நோர்வீஜிய மொழியாக்கம் நோர்வீஜிய வெளிவிவகார அமைச்சின் 'நோராட்' இதழில் வெளிவந்தது. இலக்கிய ஆர்வமுள்ள பெண்மணி செல்வி. நினிரொப் எனது விசா அலுவலராக அமைந்தது அதிஸ்ட்டம் என்றே சொல்ல வேண்டும். சன்னல் கவிதை அவரைக் கவர்ந்தது. அதனால் அவர் இக்கவிதையை குடிவரவு திணைக்கள் அதிகாரிகள் வெளிவிவகாரஅமைச்சு நீதி அமைச்சு அதிகாரிகளுக்கு பிரதி அனுப்பினார். இதனால் என் செல்வாக்கு உயர்ந்தது. மட்டக்களப்பு அபிவிருத்தி தொடர்பான என் கட்டுரையின் பங்களிப்பின் அடிப்படையில் நோராட் என்னை தென்னாசிய நிபுணர் என கடிதம் தந்தது. அதன் அடிப்படையில் எனது கலைஞர்களுக்கான விசாவை வெளிநாட்டு நிபுணர்களுக்கான விசாவாக மாற்றபட்டது. அதைத்தொடர்ந்து எனது மனைவிக்கும் எனது மூத்தமகன் ஆதித்தனுக்கும் நோர்வே வர விசா அனுமதி வளங்கப்பட்டது. கவிதைக்கும் சக்தி உண்டு.

சன்னல்

துயில் நீங்கி
கனத்த மெத்தைப் போர்வைதனைப் புறம்தள்ளி
சோம்பல் முறித்தபடி எழுந்து
சன்னல் திரை தன்னை ஒதுக்கி விட்டேன்
இன்று கிறிஸ்மஸ் விடுமுறை நாள்.

புராணத்துப்பாற்கடலில்
சூரியனின்
பொற்தோணி வந்தது போல்
வெண்பனி போர்த்த உலகில் பகல் விடியும்.
வெள்ளிப்பைன் மரங்கள்.
இலையுதிர்த்த வெள்ளிப் பேச் மரங்கள்.
வெள்ளி வெள்ளிப் புல்வெளிகள்.

என்ன இது
பொன்னாலே இன்காக்கள்
பூங்கா அமைத்ததுபோல்
வெள்ளியினால் வைக்கிங்கள்
காடே அமைத்தனரோ.
காடுகளின் ஊடே குதூகலமாய்
பனிமேல் சறுக்கி ஓடுகின்ற காதலர்கள்.
பின் ஓடிச் செல்லும் நாய்கூட மகிழ்ச்சியுடன்.

நான் மந்தையைப் பிரிந்து வந்த தனி ஆடு.
போர் என்ற ஓநாயின்
பிடி உதறித்தப்பிய நான்
அதிட்டத்தால்
வாட்டும் குளிர் நாளில் கூட
வாழ்வை ரசிக்கும் கலையை அறிந்தவரின்
நாடு வந்தேன்.

.

வெண்பனியின் மீது சூரியன் விளையாடும்
நாட்கள் எனக்கு உவகை தருகிறது.
என் மைந்தன் என்னோடிருந்தால் இவ்வேளை
நானும் அவனும் இந்த
வெள்ளி வெள்ளிக்காடுகளுள்
விளையாடக்கூடுமன்றோ.

.

"சூரியனைப்பிடித்துத் தா" என்று அவன் கேட்டால்
வெண்பனியில்சூரியனைவனைந்து நான் தாரேனோ.
"ஏனப்பா இலங்கையில் வெண்பனி இல்லை" என்பானேல்
முன்னர் இருந்ததென்றும்
கொதிக்கின்ற சூரியனார் அதன்மீது காதலுற்று
அள்ளி அணைக்க அது உருகிப்போனதென்றும்
பின்னர் துருவத்தை வந்து அது சேர்ந்த தென்றும்
அதனாலேசூரியனார் துருவம் வரும்போது
வெப்பத்தை நம் நாட்டில் விட்டு விட்டுவருவதென்றும்
கட்டி ஒரு நல்ல கதை சொல்ல மாட்டேனோ?

.

கருவில் இருந்தென் காதல் மனையாளின்
வயிற்றில் உதைத்த பயல்
நினைவில் இருந்தென் நெஞ்சிலன்றோ உதைக்கின்றான்.
நமக்கிடையே
ஏழு கடலும் இணைந்தன்றோ கிடக்கிறது
விசா என்ற பெயரில்.
வெண்பனி மீது
இன்னும் அந்தக் காதலரும் நாயும் களிப்போடு.

- *1990* December

மூன்றாவது மனிதனின் கவிதை

என்றோஆழ்மனதுள்தைத்து
இன்னும் சிப்பிச் சிறு மணலாய் நெருடும்
காலமுகமான
ஒரு கவிதையடி நீ.
தொடுவான் எரிய
மணல் ஊருகி அலை புரளும் பாலையிலே
ஈடன் பூந்தோட்டத்து வழி தவற
ஓயாமல் சபிக்குமொரு
ஒட்டகத்தைப் புணர்ந்தவன் நான்.

ஏவாள் நீ இன்றெங்கே.
உந்தன் உடற்தணலின் முலைச்சுவாலை
இதழ் பொசுங்கத் தின்று உயிர் எரிந்த காலத்தே
நீ இச்சித்தும் நான் தவிர்த்த
அந்த விலக்கப்பட்ட கனி இன்னும் இருக்கிறதா.
உன்னிடத்தே வளைய வளைய வந்து
எனைக் கண்டால் நச்சுப் பொறாமை வழியச் சிரித்திடுமே
அந்த அருவருத்த பாம்பு
அது எங்கே.
உன் பிள்ளை ஒன்றுக்குப் பாம்புக் கழுத்து
மற்றதற்குப் பாம்புக் கண் என்ற
ஊர்வாய் மொழியைஒப்பவில்லை என் மனசு.

இருள் கலைய முன்னெழுந்து காடு செலல்
நள்ளிரவிற் சுமையோடு வீடடைதல்
இரவெல்லாம் பதனிடுதல் என்றிருக்கும்
ஆதாம் சுகமா.
காட்டான்தான்
என்றாலும் எம்முன்னே
நட்போடு அவனுதிர்த்த பூமுறுவல்கள்
இன்றும் கமழும்.
ஜனநாயகமே கற்பென்றிருந்த அவன் காதலின் முன்
இந்த ஞாலம் கடுகு.

இது யாருடைய வாழ்வு.
யார் பட்டி மந்தைகள் நாம்.
கூடல் கழிதல் பெருகல் பிரிதலென்று
நம் இருப்பு யாருடைய கணிதவிளையாட்டு.
எது பகடை எவர் காய்கள்
இது எவருடைய சதுரங்கம்.

- 1995

நெடுந்தீவு ஆச்சிக்கு

அலைகளின்மீது பனைக்கரம் உயர
எப்போதும் இருக்கிற
என்னுடைய ஆச்சி.

காலம் காலமாய் உன்னைப் பிடித்த
பிசாசுகள் எல்லாம் தோற்றுப் போயின
போத்துக்கீசரின் எலும்புகள் மீதும்
தென்னம் தோப்பு
நானும் என் தோழரும்
செவ்விளநீர் திருடிய தென்னந் தோப்பு.

தருணங்களை யார் வென்றாலும்
அவர்களுடைய புதை குழிகளின்மேல்
காலத்தை வெல்லுவாள் எனது ஆச்சி.

என்ன இது ஆச்சி
மீண்டும் உன் கரைகளில்
நாங்கள் என்றோ விரட்டி அடித்த
போத்துக்கீசரா?
தோல் நிறம் பற்றியும்
கண் நிறம் பற்றியும்
ஒன்றும் பேசாதே
அவர்கள் போத்துக்கீசரே.

எந்த அன்னியருக்கும் நிலை இல்லை
எனது ஊர் நிலைக்கும் என்பதைத்தவிர
எதனை எண்ணி நான் ஆறுதல் அடைவேன்.
நாளை இந்தப்
போத்துக்கீசரும் புதைய அங்கு
கரும்பனைத் தோப்பெழும் என்பதைத் தவிர
எதனை எண்ணி நான் ஆறுதல் அடைவேன்.

ஆச்சி
என் இளமை நாள் பூராக
ஆடியும் பாடியும் கூடியும் வாடியும்
தேடிய வாழ்வெலாம்
ஆமை நான், உனது கரைகள்நீழ
புதைத்துவந்தேனே.
என்னுடன் இளநீர் திருட
தென்னையில் ஏறிய நிலவையும்
என்னுடன் நீர் விழையாட
மழை வெள்ளத்துள் குதித்த சூரியனையும்
உனது கரைகளில் விட்டுவந்தேனே
என் சந்ததிக்காக.
திசைகாட்டியையும் சுக்கானையும்
பறிகொடுத்த மாலுமி நான்
நீர்ப்பாலைகளில்
கனவு காண்பதுன் கரைகளே ஆச்சி

நீ நிலைத்திருப்பாய் என்பதைத் தவிர
எதனைக்கொண்டுநான்
மனம் ஆற என் ஆச்சி..

- 1995

புலப்பெயர்வின் துயரத்தில் என் மூதாதையரின் ஊரான நெடுந்தீவை
ஒரு பாட்டிக்கிழவியாக உருவகித்து நான் எழுதிய கவிதை.
தமிழகத்தில் மிகவும் பிரபலமான இக்கவிதையை 1995 குமுதத்தில் சுயாத்தா
அவர்கள் வெளியிட்டார்...

முதற் காதல்

வாடைக் காற்று
பசும்புல் நுனிகளில்
பனிமுட்டை இடுகிற அதிகாலைகளில்
என் இதயம் நிறைந்து கனக்கும்.

அன்னையின் முலைக்காம்பையும்
பால்யசகியின் மென் விரல்களையும்
பற்றிக் கொண்ட கணங்களிலேயே
மனித நேயம்
என்மீதிறங்கியது.

நான் இரண்டு தேவதைகளால்
ஆசீர்வதிக்கப்பட்டவன்.
"பால்யசகியைப் பற்றி
உனது கவிதையில் ஒன்றுமேயில்லையே"
என்று கேட்பான் எனது நண்பன்.

குரங்கு பற்றிய பூமாலைகளாய்
நட்பை
காதலை
புணர்ச்சியை
குதறிக்குழப்பும்
தமிழ் ஆண் பயலிடம்
எப்படிப் பாடுவேன் என்முதற் காதலை.

கேட்கிறபாவி தன் மனையாளிடத்தும்
சந்தேகம் கொள்ளுதல்
சாலும் தெரியுமா?

அடுத்த வீட்டு வானொலியை
அணைக்கச் சொல்லுங்கள்
பஸ் வரும் வீதியில்
தடைகளைப் போடுங்கள்
இந்த நாளை
எனக்குத் தாருங்கள்.
என் பாதித் தலையணையில்
படுத்துறங்கும் பூங்காற்றாய்
என் முதற் காதலி
உடனிருக்கின்ற காலைப்பொழுதில்
தயவு செய்து
என்னைக் கைவிட்டு விடுங்கள்.

தேனீரோடுகதவைத்தட்டாதே
நண்பனே.

எனது கேசத்தின் கருமையைத் திருடும்
காலனை எனது
இதயத்துக்குள் நுழையவிடாது துரத்துமென்
இனிய சகியைப் பாடவிடுங்கள்
அவளை வாழ்த்தியோர் பாடல் நான்
இசைப்பேன்.

காடுகள் வேலி போட்ட
நெல் வயல்களிலே
புள்ளி மான்களைத் துரத்தும் சிறுவர்கள்
மயில் இறகுகளைச் சேகரிக்கும்
ஈழத்துவன்னிக் கிராம மொன்றில்
மனித நேயத்தின் ஊற்றிடமான
பொன் முலைக்காம்பை
கணவனும் குழந்தையும்
கவ்விட வாழும்
என் பால்யசகியைவாழ்த்துக!

என் முதற் காதலின் தேவதைக்குஞ்சே!
இனிமை
உன் வாழ்வில் நிறைக.
அச்சமும்மரணமும்
உனைஅணுகற்க.
ரைபிள்களோடு காவல் தெய்வமாய்
உனது
ஊரகக் காடுள் நடக்குமென் தோழர்கள்
மீண்டும் மீண்டும்
வெற்றிகள்பெறுக.

ஒருநாள் அவருடன் நானும் சேர்ந்து
உனது கிராமத்து
வீதியில் வரலாம்

தண்ணீர் அருந்த உன் வீட்டின் கடப்பை
அவர்கள் திறந்தால்
எத்தனை அதிர்ஷ்டம் எனக்குக் கிட்டும்.

நடை வரப்பில்
நாளையோர்பொழுதில்
என்னை நீ காணலாம்......
யார் மீதும் குற்றமில்லை.
என்ன நீ பேசுதல் கூடும்?
நலமா திருமண மாயிற்றா?
என்ன நான் சொல்வேன்?

புலப்படாத ஒரு துளி கண்ணீர்
கண்ணீர் மறைக்க
ஒரு சிறு புன்னகை
ஆலாய்த்தழைத்து
அறுகாக வேர் பரப்பி
மூங்கிலாய்த்தோப்பாகி
வாழ வேண்டும் எந்தன் கண்ணே.

- 1985

கள்ளிப்பலகையும் கண்ணீர்த்துளிகளும்

முரட்டு மேதை என்பர் மேலோர்
'இங்கிதம் அறியான்அறியான்' என்பர்
கபடம் நிறைந்த இளம் சீமாட்டிகள்.

ஓயாது துரத்தும் சவக்குழி விழுங்குமுன்
ஒரேஒரு முறையே வாழுமிவ் வாழ்வில்
கையாலாகாத கோழையைப் போல
கொடுமையும் சூதும் நிறைந்த உலகை
சகித்தும் ரசிக்கும் பாவனை செய்தும்
சான்றோன் என்று மாலைகள் சூட
நானும் எனது நண்பரும் விரும்போம்.

வீணையோடும் தூரிகையோடும்
மூலைமட்டம் ஸ்டெதஸ்கோப் அரிவாள்
சம்மட்டி போன்றவை பழகிப் போன
கைகளை உயர்த்தி நெஞ்சுகள்நிமிர்த்தி
எனது தோழர் புடை சூழ்வார்கள்.

பொன்னாய் அழகு பொலியினும் விலங்கை
அப்பிய மலமாய் அருவருத்துதறுவோம்.
வெடி மருந்துகள் தோய்ந்தஎம்நாவு
ஓய்ந்திருக்காது.

தடைகள் சீனப் பெருமதிலாயினும்
தகர்க்கும் பணியினைப் பேனைக்குச்சியால்
அங்குரார்ப்பணம் செய்வேன்.
தடைகளை தகர்த்தும் விலகியும் தொடர்ந்து
அதிமானிடராய் முன் சென்றிடுவோம்.
விழுமிடத்தெமக்கோர் நடுகல் நிமிர்த்தி
எமது பிள்ளைகள் பெண்டுகள் தொடர்வார்.

கடலின் மணலை எண்ணித் தீர்ப்பினும்
மானிடர் எமது வம்சக்கொடியை
சவக்குழி விழுங்கித் தீர்த்திடல் முடியுமோ?
விலங்கும் சிறையும் வளைத்திடல் கூடுமோ?

விடுதலை பெற்ற தோழியரோடு
கட்டாந்தரையின் வாழ்வே உவப்பு.
பெரிய இடத்துச் சீமை நாய்களாய்
கார்ப்பவனி வரும் இல்லறக்கனவில்
எமது தோழர் தோழியர் தேயார்.

கொடிய உலகம் சான்றோன் என்னவும்
இளம் சீமாட்டிகள் இனியவன் என்னவும்
குனிந்து நடக்கும் கூழங்கையர்கள்
பெறுமதி கூடிய காலணி இலங்கும்
கால்களைத் தேடியே முத்தம் கொடுப்பர்.

பொன்முலாமிட்ட சவப்பெட்டிப் பரிசால்
உலகம் அவர்களைக் கௌரவம் செய்க.

வெளிப்பூச்சற்ற கள்ளிப்பலகையும்
வெம்மை நிறைந்த கண்ணீர்த்துளிகளும்
எங்களுக்காக இருக்கவே செய்யும்.

- 1979

இது என் சுய தரிசனக் கவிதை. யாழ் பல்கலைக்கழகத்தில் மாணவர் தலைவனாக செயல்பட்ட நாட்க்களில் எழுதியது. ஒரு போராட்டத்தின் போது பல்கலைக்கழக தலைவராக இருந்த பேராசிரியர் கைலாசபதி என்னை intellectual and Thug என திட்டினார். அவருக்கு பதிலாக எழுதி பல்கலைகழக மாணவர் மன்ற அறிவுப்பு பலகையில் ஒட்டிய கவிதை. தற்செயலாக யாழ் இணையத்தில் தேடியபோது நண்பர் வ.ந.கிரிதரன் (கனடா) என்னைப் பற்றி எழுதிய குறிப்பையும் இக்கவிதையையும் கிருபன் யாழ் இணையத்தில் பதிவிட்டிருந்தார். யாழ் இணையத்துக்கும் கிருபனுக்கும் நன்றிகள்.

இளவேனிலும் உழவனும்

காட்டை வகிடு பிரிக்கும்
காலச்சுவடான
ஒற்றையடிப்பாதை.
வீடு திரும்ப
விழைகின்ற காளைகளை
ஏழை ஒருவன்
தோளில்
கலப்பை சுமந்து
தொடர்கிறான்.

தொட்டதெல்லாம் பொன்னாக
தேவதையின் வரம்பெற்ற
மாலைவெய்யில்
மஞ்சட்பொன் சரிகையிட்ட
நிலபாவாடை
நீளவிரிக்கிறது.

இதயத்தைக் கொள்ளையிட
வண்ணத்துப்பூச்சிகள்
வழி மறிக்கும்
காட்டுமல்லிகைகள்
காற்றையே தூதனப்பி
கண் சிமிட்டும்.
அழகில்
கால்கள் தரிக்கும்.
முன்நடக்கும் எருதுகளோ,
தரிக்கா.

ஏழையவன்
ஏகும்வழி நெடுந்தூரம்

- 1970

நகர்கிறது பாலி ஆறு

அங்கும் இங்குமாய்
இடையிடையே வயல் வெளியில்
உழவு நடக்கிறது
இயந்திரங்கள் ஆங்காங்கு
இயங்கு கின்ற ஓசை
இருந்தாலும்
எங்கும் ஒரே அமைதி

ஏது மொரு ஆர்ப்பாட்டம்
இல்லாமல் முன் நோக்கி
பாலி ஆறு நகர்கிறது.
ஆங்காங்கே நாணல்
அடங்காமல் காற்றோடு
இரகசியம் பேசி
ஏதேதோ சலசலக்கும்.
எண்ணற்றவகைப் பறவை
எழுப்பும் சங்கீதங்கள்.
துள்ளி விழுந்து
'துழும்' என்னும் வரால்மீன்கள்.

இந்திரன் - வ.ஐ.ச. ஜெயபாலன்

என்றாலும் அமைதியை
ஏதோ பராமரிக்கும்
அந்த வளைவை அடுத்து
கருங்கல் மறைப்பில்
அடர்ந்துள்ள நாணல் அருகே
மணற்கரையில் இரு மருங்கும்
ஓங்கி முகடு கட்டி
ஒளி வடிக்கும்
மருத மர நிழலில்
எங்கள் கிராமத்து
எழில் மிகுந்த சிறு பெண்கள்
அக்குவேறு ஆணிவேறாய்
ஊரின் புதினங்கள்
ஒவ்வொன்றாய் ஆராய்ந்து
சிரித்து
கேலி செய்து
சினந்து
வாய்ச்சண்டையிட்டு
துவைத்து
நீராடிக் களிக்கின்றார்

ஆனாலும்
அமைதியாய்
பாலி ஆறு நகர்கிறது

அந் நாளில்
பண்டார வன்னியன்
படை நடந்த அடிச் சுவடு
இந்நாளும் இம்மணலில்
இருக்கவே செய்யும்
அவன் தங்கி இளைப்பாறி
தானைத் தலைவருடன்
தாக்குதலைத் திட்டமிட்டு
புளுதி படிந்திருந்த
கால்கள் கழுவி
கைகளினால் நீரருந்தி
வெள்ளையர்கள் பின் வாங்கும்
வெற்றிகளின் நிம்மதியில்
சற்றே கண்ணயர்ந்த
தரை மீது அதே மருது
இன்றும் நிழல் பரப்பும்

அந்த வளைவுக்கு அப்பால்
அதே மறைப்பில்
இன்றும் குளிக்கின்றார்
எங்களது ஊர் பெண்கள்
ஏது மொரு
ஆர்ப்பாட்டம் இல்லாமல்
பாலியாறு நகர்கிறது.

- 1968

நகர்கிறது பாலி ஆறு - 52 வருடங்களின் முன்னர் எழுதப்பட்ட எனது முதல் கவிதை.

படைப்பு பதிப்பகம் வெளியீடுகள்

2020

1. இடரினும் தளரினும் - விக்ரமாதித்யன்
2. கன்னத்துப்பூச்சி - மணி சண்முகம்
3. நிறமி - ஆண்டன் பெனி
4. யமுனா என்றொரு வனம் - ஆண்டன் பெனி
5. காலநதி - ஆரூர் தமிழ்நாடன்
6. என்மனார் புலவர் - கரிகாலன்
7. தேநீரைக் கைதொழுதல் - மணி சண்முகம்
8. பெருஞ்சொல்லின் குடல் - மா.காளிதாஸ்
9. கவிதை அனுபவம் - இந்திரன் | வ.ஐ.ச.ஜெயபாலன்
10. புத்தனின் கடைசி முத்தம் - லக்ஷ்மி
11. நீந்தத் தெரியாத அய்யனார் குதிரை - வீ கதிரவன்
12. நோம் என் நெஞ்சே - கரிகாலன்
13. உதிர் நிழல் - கி.கவியரசன்
14. தனிமை நாட்கள் - பிரபுசங்கர் க
15. சிப்ஸ் உதிர் காலம் - கவிஜி
16. மணிப்பயல் கவிதைகள் - மணி அமரன்
17. கார்முகி - கோபி சேகுவேரா
18. சைகைக் கூத்தன் - முகமது பாட்சா
19. பொய்மசியின் மிச்சம் - மதுசூதன்
20. ஆ காட்டு - மு.முபாரக்
21. முழு இரவின் கடைசித் துளி - ப.தனஞ்ஜெயன்
22. புத்தன் மீன் வளர்க்க ஆசைப்படுகிறான் - வழிப்போக்கன்
23. யாயும் ஞாயும் - ஜே.ஜே.அனிட்டா

படைப்பு பதிப்பகம் வெளியீடுகள்

2020

24. THE LIBERATION SONG OF A WOMENS BODY - Dr.NaliniDevi
25. கெணத்து வெயிலு - காதலாரா
26. காலாதீதத்தின் சுழல் - ரத்னா வெங்கட்
27. பெண் பறவைகளின் மரம் - மதுரா (தேன்மொழி ராஜகோபால்)
28. நட்ட கல்லும் பேசுமோ - பிரேமபிரபா
29. நீ துளையிட்ட எனது புல்லாங்குழல் - ஜின்னா அஸ்மி
30. நான் உன்னுடைய துறவி - தி.கலையரசி
31. பழுத்த இலையின் அடுத்த நொடி - குமார் சேகரன்
32. நீளிடைக் கங்குல் - ராஜி வாஞ்சி
33. மைனாவை பேசச்சொல்லி கேட்பவர்கள் - ஜின்னா அஸ்மி (படைப்பு மின்னிதழ்களில் வந்த கவிதைகளின் தொகுப்பு)
34. 64 கட்டங்களில் தனித்திருக்கும் ராணி - ஷெண்பா
35. பச்சையம் என்பது பச்சை ரத்தம் - பிருந்தா சாரதி
36. ஏவாளின் பற்கள் - காயத்ரி ராஜசேகர்
37. உன் கிளையில் என் கூடு - கனகா பாலன்
38. கீரக்காரம்மா - முத்து விஜயன்
39. அக்கை - அழ ரஜினிகாந்தன்
40. அம்மே - சலீம் கான் (சகா)
41. ஹைக்கூ தூண்டிலில் ஜென் - கோ.லீலா
42. வாவ் சிக்னல் - ராம்பிரசாத்
43. புரவிக் காதலன் - 14 எழுத்தாளர்கள்
44. குடையற்றவனின் மழை - கா.அமீர்ஜான்
45. நெடுநல் இரவு - மௌனன் யாத்ரிகா

படைப்பு பதிப்பகம் வெளியீடுகள்

2019	1. நம் காலத்துக் கவிதை - விக்ரமாதித்யன் 2. ஆரிகாமி வனம் - முகமது பாட்சா 3. எறும்பு முட்டுது யானை சாயுது - கவிஜி 4. சொல் எனும் வெண்புறா - மதுரா (தேன்மொழி ராஜகோபால்) 5. யாவுமே உன் சாயல் - காயத்ரி ராஜசேகர் 6. நீர்ப்பறவையின் எதிரலைகள் - குமரேசன் கிருஷ்ணன் 7. பொலம்படை கலிமா - ஜோசப் ஜூலியஸ் 8. நீ பிடித்த திமிர் - அகதா 9. இசைதலின் திறவு - ஜானு இந்து 10. மறை நீர் - கோ. லீலா 11. தேநீர் கடைக்காரரின் திரவ ஓவியம் - பிரபு சங்கர். க 12. எரியும் மூங்கில் இசைக்கும் நெருப்பு - நடன. சந்திரமோகன் 13. வேர்த்திரள் - சலீம் கான் (சகா) (பரிசுப்போட்டிக்கு வந்த கவிதைகளின் தொகுப்பு) 14. வான்காவின் சுவர் - ஜின்னா அஸ்மி (படைப்பு மின்னிதழ்களில் வந்த கவிதைகளின் தொகுப்பு) 15. இருளும் ஒளியும் - பிருந்தா சாரதி
2018	1. நீர் வீதி - ஜின்னா அஸ்மி (படைப்பு மின்னிதழ்களில் வந்த கவிதைகளின் தொகுப்பு) 2. பாதங்களால் நிறையும் வீடு - ஜின்னா அஸ்மி (பரிசுப்போட்டிக்கு வந்த கவிதைகளின் தொகுப்பு) 3. உயிர்த்திசை - சலீம் கான் (சகா) (பரிசுப்போட்டிக்கு வந்த கவிதைகளின் தொகுப்பு) 4. வெட்கச் சலனம் - அகராதி 5. சிண்ட்ரெல்லாவின் தூரிகை - குறிஞ்சி நாடன் 6. அசோகவனம் செல்லும் கடைசி ரயில் - அகதா 7. என் தெருவில் வெஸ்ட் மினிஸ்டர் பாலம் - கோ. ஸ்ரீதரன் 8. அஞ்சல மவன் - கட்டாரி 9. கடவுள் மறந்த கடவுச்சொல் - ஜின்னா அஸ்மி 10. கை நழுவும் கண்ணாடிக் குடுவை - கவி விஜய்
2017	1. மௌனம் திறக்கும் கதவு - ஜின்னா அஸ்மி (படைப்பு மின்னிதழ்களில் வந்த கவிதைகளின் தொகுப்பு) 2. நதிக்கரை ஞாபகங்கள் - ஜின்னா அஸ்மி (பரிசுப்போட்டிக்கு வந்த கவிதைகளின் தொகுப்பு) 3. உடையாத நீர்க்குமிழி - ஜின்னா அஸ்மி (பரிசுப்போட்டிக்கு வந்த கவிதைகளின் தொகுப்பு) 4. இந்தப் பூமிக்கு வானம் வேறு - ஆண்டன் பெனி 5. நிலவு சிதறாத வெளி - காடன் (சுஜய் ரகு) 6. இலைக்கு உதிரும் நிலம் - முருகன். சுந்தரபாண்டியன் 7. நிசப்தங்களின் நாட்குறிப்பு - குமரேசன் கிருஷ்ணன் 8. நினைவிலிருந்து எரியும் மெழுகு - ஆனந்தி ராமகிருஷ்ணன்